ஜெ.வுக்கு ஜெயில் தண்டனை!

ஏன்?
எதற்கு?
எப்படி?

மக்கள் கேள்வி!
நீதிபதி குன்ஹா பதில்கள்

தாமோதரன் பிரகாஷ்

நக்கீரன் வெளியீடு

ஜெ.வுக்கு ஜெயில்
தண்டனை
ஏன்? எதற்கு? எப்படி?

தாமோதரன் பிரகாஷ்

பதிப்பு 2024
பக்கங்கள் 120
நூலின் அளவு (14X21.5) டெமி
விலை ரூ.100/-

வெளியீடு
நக்கீரன் பப்ளிகேஷன்ஸ்
105, ஜானி ஜான்கான் சாலை
இராயப்பேட்டை
சென்னை 14
செல்: 044- 2688 1700

அட்டை வடிவமைப்பு
ஆர்.சி.மதிராஜ்

நூலழகு
துரை.கணேசன்

அட்டைப் படம்
ஸ்டாலின்

கட்டமைப்பு
சாருபிரபா பிரிண்டர்ஸ் லிட்.,
சென்னை 14

அச்சாக்கம்
என் பிரிண்டர்ஸ்
சென்னை 14

J.VUKKU JAIL THANDANAI YEN? YETHARKU? YEPPADI?

Damodaran Prakash

Edition 2024
Pages 120
Book Size (14X21.5) Demy
Price Rs. 100/-

Published by
Nakkheeran Publications
105, Jani JahanKhan Road
Royapettah, Chennai 14
Ph 044- 2688 1700

Wrapper Designed by
R.C.Mathiraj

Layout by
Durai.Ganesan

Cover Photo by
Stalin

Binding by
Saaruprabha Printers Ltd.,
Chennai 14

Printed at
N Printers
Chennai 14

வாய்தா வாங்காத தம்பிகள்!

“இன்னும் ஏன் அவரைக் கைது செய்யவில்லை? பயமா?” என்று 1996லேயே சென்னை உயர்நீதிமன்ற நீதிபதி சிவப்பா அப்போதைய தி.மு.க அரசைப் பார்த்துக் கேட்டார். 1991முதல் 96 வரை முதலமைச்சராக இருந்த ஜெயலலிதா மீதான ஊழல் குற்றச்சாட்டுகள் குறித்துதான் நீதிபதி அவ்வாறு கேட்டார். “நீதிமன்றம் உத்தரவிட்டால் நிறைவேற்றுகிறோம்” என அரசுத் தரப்பில் சொல்லப்பட, கைது செய்வதற்கான உத்தரவைப் பிறப்பித்தார் நீதிபதி.

டிசம்பர் 7, 1996 காலை 7 மணிக்கு காவல்துறையினர் போயஸ்கார்டனில் நின்றனர். குளித்துத்தயாராகி வருவார் என்று அங்கிருந்தவர்களால் பதில் சொல்லப்பட்டது. 8 மணி ஆனது. பூஜை முடித்துவிட்டு வருவார் என்றார்கள். 9 மணி ஆனது. டிபன் முடியும்வரை காத்திருங்கள் என்றார்கள். 10 மணியும் கடந்தது. காவல்துறை அதிகாரி அப்போதைய முதல்வர் கலைஞருக்குப் போன் செய்து நிலைமையைச் சொன்னார். பொறுமையாக செயல்படுங்கள். கவனமாக செயல்படுங்கள். உரிய நேரம் கொடுங்கள் என்று முதல்வரிடமிருந்து பதில் வந்தது. 10.30 மணிக்குப் பிறகு வெளியே வந்த ஜெயலலிதா கைது செய்யப்பட்டார். தேர்தலில் அவரே தோற்றுப்போயிருந்த காலம் அது. அ.தி.மு.க பிரதான எதிர்க்கட்சியாகக்கூட சட்டமன்றத்தில் இருக்கமுடியாமல் ஒற்றை இலக்கத்தில் வெறும் 4 எம்.எல்.ஏக்களைக் கொண்டிருந்தது. ஜெ.வின் கைதுக்காக பெருங்கொந்தளிப்பு எதுவும் ஏற்படவில்லை. கடைகள் திறந்தே இருந்தன. பஸ்கள் வழக்கம்போல ஓடின. மக்கள் தங்கள் வேலைகளைப் பார்த்துக்கொண்டிருந்தனர்.

ஜெயலலிதா மீதான இந்த ஊழல் குற்றச்சாட்டுதான், சொத்துக்குவிப்பு வழக்காக உருத்திரண்டு 18 ஆண்டுகளாக இழுத்தடிக்கப்பட்டது. சென்னையில் உருவாக்கப்பட்ட சிறப்பு நீதிமன்றங்களிலிருந்து பெங்களூரில் சிறப்பு நீதிமன்றம் அமைக்கப்படும் நிலைமை வரை வளர்ந்தது. ஆயிரக்கணக்கான முறை வாய்தா வாங்கிய சாதனையையும் ஜெயலலிதா நிகழ்த்தினார். 9 நீதிபதிகள், 5 அரசு வக்கீல்கள் என எல்லாவற்றிலும் தனித்துவமாகவே இருந்து வந்தது இந்த வழக்கு. இதன் விசாரணையை முடக்கவும், வெவ்வேறு காரணங்களை முன்வைத்தும் சென்னை உயர்நீதிமன்றம், கர்நாடக உயர்நீதிமன்றம், சுப்ரீம் கோர்ட் ஆகியவற்றில் பல முறை மனுதாக்கல் செய்யப்பட்டு விசாரணை இழுத்தடிக்கப்பட்டது. இதையெல்லாம் பார்த்த பொதுமக்கள் சலிப்படைந்தனர். எப்போது வழக்கு முடிந்து, எப்போது தீர்ப்பளிப்பது என்ற விரக்தி குரல்கள் வெளிப்பட்டபடி இருந்தன.

என்னைப் பொறுத்தவரை, டான்சி வழக்கில் வாங்கிய நிலத்தைத் திருப்பி ஒப்படைக்கச் சம்மதித்து, நீதிமன்றத்தின் கண்டனத்துடன் விடுதலையான ஜெயலலிதா, இந்த வழக்கிலும் அதுபோல விடுதலையாகும் வாய்ப்பே அதிகம் என

நினைத்தேன். சட்டத்தின் சந்துபொந்துகளை மட்டுமே ஆராய்ச்சி செய்து அதன் மூலமாகத் தப்பிப்பதில் பி.ஹெச்டி வாங்கும் திறமை பெற்றவர் ஜெயலலிதா என்பதாலும், அவருடைய வழக்கை தங்கள் வழக்கு போல நினைத்துக்கொண்டு செயல்படும் அவரது ஆலோசகர் வட்டத்தின் செயல்பாடுகளாலும் என்னுடைய கணிப்பு அப்படித்தான் இருந்தது.

எங்கள் அலுவலகத்தில் இரண்டே இரண்டு தம்பிகள் மட்டும் இந்த வழக்கு ஜெயலலிதாவின் அரசியல் எதிர்காலத்தைத் தீர்மானிக்கக்கூடியது என உறுதியாகச் சொல்லியபடியே இருந்தார்கள். சொத்துக் குவிப்பு வழக்கு தொடர்பான ஆவணங்கள், சாட்சியங்கள், அதன் சட்டப்பிரிவுகள் இவற்றின் அடிப்படையில் ஜெயலலிதாவால் தப்பிக்கவே முடியாது என அவர்களிருவரும் திரும்பத் திரும்பச் சொல்லி வந்தனர். ஜெயலலிதாவோ இதெல்லாம் ஒரு வழக்கா– என்னைத் தண்டிக்கக்கூடிய அளவில் இந்த நாட்டில் சட்டமா என்பதுபோலத்தான் தீர்ப்பு நாளான செப்டம்பர் 27 அன்று பெங்களூரு சிறப்பு நீதிமன்றத்திற்குச் சென்றார். விமான நிலையத்திலிருந்து காரில் கையசைத்தபடியே சென்றவர் தனது டிரைவரிடம், மதிய சாப்பாட்டுக்கு நாம் சென்னைக்குப் போய்விடலாம் என்றுதான் சொல்லியிருக்கிறார். நானும் பொதுமக்களும், ஏன் ஜெயலலிதாவும் கொண்டிருந்த நம்பிக்கையைத் தவிடுபொடியாக்கி, எங்கள் அலுவலகத்தில் உள்ள இரண்டு பேர் சொன்னதே உண்மை என்பதை நிரூபித்தது நீதிபதி ஜான் மைக்கேல் டி குன்ஹாவின் நீதித் தீர்ப்பு. வழக்கின் தன்மையை மிகச் சரியாக ஆரம்பத்திலிருந்து கவனித்து வந்திருந்த அந்த தம்பிகள்.. 1.நக்கீரன் இணையாசிரியர் தம்பி காமராஜ். 2.நக்கீரன் தலைமை நிருபர் தம்பி தாமோதரன் பிரகாஷ்.

தம்பி காமராஜ் ஒரு பத்திரிகையாளராக இந்த வழக்கு குறித்த விவரங்களைத் தொடர்ந்து சேகரித்து, பல கட்டுரைகளை நக்கீரன் இதழில் எழுதியவர். ஜெயலலிதாவின் ஹைதராபாத் திராட்சை தோட்டம் உள்ளிட்ட இடங்களுக்கு நேரில் சென்று துணிச்சல்மிக்க செய்திகளையும் படங்களையும் கொண்டு வந்தவர். இவ்வழக்கின் போக்கைத் தொடர்ந்து கவனித்து வந்தவர். அவருடைய வழிகாட்டுதலின்படி தம்பி பிரகாஷ் இந்த வழக்கு குறித்த செய்திகளைத் தொடர்ந்து எடுத்து வந்தார். பழைய மாமல்லபுரம் சாலையில் உள்ள சிறுதாவூர், பையனூர் பங்களாக்களில் தொடங்கி, கொடநாடு வரையிலான ஜெயலலிதாவின் சொத்துகளை ஆதாரத்துடன் அம்பலப்படுத்தியது நக்கீரன். இந்த வழக்கு பெங்களூரு சிறப்பு நீதிமன்றத்திற்குச் சென்றபிறகு, ஒவ்வொரு விசாரணையின்போதும் குற்றவாளிகளும் அவர்களது வழக்கறிஞர்களும் ஆஜராகத் தவறினாலும் நக்கீரன் தலைமை நிருபர் பிரகாஷும், புகைப்படக்காரர் தம்பி ஸ்டாலினும் செய்தி சேகரிப்பிற்காக ஆஜராகத் தவறியதேயில்லை. வழக்கில் வாய்தா வாங்காமல் ஆஜரானவர்கள் அவர்களிருவரும்.

வழக்கில் தொடர்புடைய குற்றவாளிகள், சாட்சிகள், வழக்கறிஞர் என அனைவரது படங்களையும் அவர்கள் பற்றிய செய்திகளையும் விசாரணை விவரங்களையும் இவர்கள் இருவரும் அனுப்பியபடியே இருப்பார்கள். ஒருமுறை நீதிபதியை படம் பிடித்தார் எனத் தம்பி ஸ்டாலின் பிடிக்கப்பட்டதும் உண்டு. அதையெல்லாம் கடந்து புதிய தகவல்கள், அரிய படங்களுடன் நக்கீரனில் இந்த சொத்துக் குவிப்பு வழக்கு பற்றிய செய்திகள் வெளிவந்தன. இந்திய அளவில் வேறெந்த ஊடகமும் இந்த வழக்கு விசாரணை பற்றிய செய்திகளை இத்தனை

விவரங்களுடன் வெளியிட்டதில்லை, நக்கீரன் மட்டுமே செய்தது என்பதைத் தம்பிகளின் செயல்பாட்டின் மூலம் மார்தட்டிச் சொல்ல முடியும்.

ஜெயலலிதா உள்ளிட்ட 4 பேருக்கு தலா 4ஆண்டு சிறைத்தண்டனை, 100 கோடி அபராதம் என்கிற நீதிபதி குன்ஹாவின் அதிரடித் தீர்ப்பை, நாளிதழ் செய்திகளுக்கு இணையாக விரைவாகத் தந்தது நக்கீரன். விரிவான தகவல்களுடன் வந்த நக்கீரன் இதழ், தமிழக மக்களிடம் பெரும் வரவேற்பைப் பெற்றது. வழக்கு விசாரணையின் போக்கை சரியாகக் கணித்துச் சொன்னது நக்கீரன்தான் என்கிற நற்சான்றிதழ் மக்களிடமிருந்து கிடைத்தது. ஜெயலலிதா தப்பித்து விடுவார் என்ற என்னுடைய கணிப்பு தோல்வியடைந்தது. முதன்முறையாக ஒரு தோல்வி எனக்கு மகிழ்ச்சியைக் கொடுத்தது என்றால் அது இந்தத் தோல்விதான்.

இந்திய அரசியல் வரலாற்றில் இடம்பிடித்துள்ள மகத்தானத் தீர்ப்பின் ஆங்கில வடிவத்தை தமிழ் மக்களுக்குத் தரவேண்டும் என்பதால் அதனைத் தமிழில் வெளியிட முடிவு செய்தோம். ஆங்கிலத்தில் உள்ள சட்ட விவரங்களை மொழி பெயர்க்கும்போது முழி பெயர்ந்துவிடும் ஆபத்து உண்டு. அந்தளவுக்குக் கடினமானது. எனினும், இது சாதாரண வாசகர்களுக்கும் புரியும் வகையில் இருக்கவேண்டும் என வாசகர் கோணத்திலேயே சிந்தித்து செயல்படுத்தினோம்.

ஜெயலலிதாவின் சொத்துக் குவிப்பு வழக்குத் தொடர்பாக மக்களுக்கு எழக்கூடிய கேள்விகள் என்னென்ன என்பதை நம்முடன் பேசுகிறவர்கள் கேட்கின்ற கேள்விகள் வாயிலாகவும், அவர்கள் எழுப்பும் சந்தேகங்கள் மூலமாகவும், போனிலும்-இமெயிலிலும் வரும் தகவல்கள் மூலமாகவும் தொகுத்துக்கொண்டு, தீர்ப்பில் உள்ள முக்கிய அம்சங்களை கேள்வி-பதில் வடிவிலேயே நக்கீரன் இதழில் தொடர்ச்சியாக வெளியிட்டு வந்தோம். இந்த வழக்கைப் பற்றிய விவரங்களை நேரில் பார்த்து முழுமையாக அறிந்தவரான தம்பி பிரகாஷ் ஆயிரம் பக்கங்களுக்கு மேலான தீர்ப்பு விவரங்களை தமிழில் மொழி பெயர்த்து எழுதினார். சந்தேகங்கள் எழக்கூடிய இடங்ளில் சட்ட வல்லுநர்களின் ஆலோசனைகளைப் பெறவும் தவறவில்லை. நக்கீரன் நிறுவனம் மலையைத் தூக்கி தன் தலையில் வைத்தாலும் ஏற்றுக்கொண்டு, அதனை எங்கே கொண்டு போய் இறக்கவேண்டும் என்று கேட்பவர்தான் தம்பி பிரகாஷ். அர்ப்பணிப்பும் கடும் உழைப்பும் அறிவுக்கூர்மையும் கொண்ட அவர் இந்தப் பணியை மேற்கொண்டு, இந்த வழக்கில் குறிப்பிடப்பட்டுள்ள சொத்துகளின் விவரங்களையும் இணைத்து முழுமையானப் புத்தகமாகத் தந்திருக்கிறார்.

ஜனநாயக நாட்டில் யாரும் மகாராணிகள் அல்ல. எல்லோரும் குடிமக்கள்தான். சட்டத்தின் சந்துபொந்துகளை வைத்துக்கொண்டு நீதியை எல்லாக் காலத்திலும் ஏமாற்றிவிடமுடியாது. தவறு செய்தவர்களுக்கு நிச்சயமாக ஒரு நாள் தண்டனை கிடைத்தே தீரும் என்பதை நிரூபித்த சொத்துக் குவிப்பு வழக்கின் மகத்தானத் தீர்ப்பை தமிழக மக்கள் அனைவரும் தெளிவாகத் தெரிந்து கொள்ளும் வகையில் இந்த ஆவணத்தைப் பெருமையுடன் வெளியிடுகிறது நக்கீரன்

-என்றென்றும் உங்கள்

நக்கீரன் கோபால்

முத்த வழக்கறிஞர் ஆச்சார்யாவுடன்
தாமோதரன் பிரகாஷ்

B.V.ACHARYA
Senior Advocate
Karnataka High Court and
Supreme Court

Justice John Michael D' Cunha judgement in disproportionate case against Jayalalitha and others is a well considered judgement. It is not one sided judgement. Judge D' Cunha analysed arguments in favour of acccused and described fact properly. Law is taken and Justice is delivered.

I know Nakkheeran as a Magazine following this case for a long time. I hope this question and answer type translation of Judge D' Cunha judgement will be useful.

பி.வி.ஆச்சார்யா

சீனியர் வழக்கறிஞர்
கர்நாடக உயர்நீதிமன்றம் மற்றும்
சுப்ரீம் கோர்ட்

நீதியரசர் ஜான் மைக்கேல் டி குன்ஹா ஜெயலலிதாவிற்கெதிரான வருமானத்துக்கு அதிகமான சொத்துக்குவிப்பு வழக்கில் அளித்துள்ள தீர்ப்பு வழக்கின் அனைத்து அம்சங்களையும் சிறப்பாக கருத்தில் எடுத்துக் கொண்டு அளிக்கப்பட்ட ஒரு தீர்ப்பு. அது ஒருதலைபட்சமான தீர்ப்பு அல்ல. நீதிபதி டி குன்ஹா குற்றவாளிகள் தரப்பில் முன்வைக்கப்பட்ட அவர்களுக்கு சாதகமான வாதங்களை ஆராய்ந்து உண்மைகளை தெளிவாக தனது தீர்ப்பில் விளக்கியுள்ளார். அந்த உண்மைகளின் அடிப்படையில் அதற்குரிய சட்டங்களை கையிலெடுத்து நீதியை வழங்கியுள்ளார்.

நக்கீரன் பல ஆண்டுகளாக இந்த வழக்கை பின்தொடர்ந்து செய்திகளை வெளியிட்டு வருகிறது என்பதை நான் அறிவேன். நீதிபதி டி குன்ஹாவின் தீர்ப்பை தமிழ்மொழியில் கேள்வி பதில் பாணியில் அவர்கள் வெளியிடும் இந்த புத்தகம் இந்த தீர்ப்பை பற்றி தெரிந்து கொள்ள நிச்சயம் உதவும்.

அணிந்துரை

தமிழக ஊழல் தடுப்பு மற்றும் கண்காணிப்புத்துறை போலீசார் தொடர்ந்த வழக்குகளில் அனைவரின் கவனத்தையும் ஈர்த்த வழக்கு முன்னாள் முதல்வர் செல்வி ஜெயலலிதா மீது தொடரப்பட்டு தற்போது நான்கு ஆண்டுகள் சிறைத்தண்டனை யும் ரூபாய் 100 கோடி அபராதமும் அளிக்கப்பட்ட சொத்துக் குவிப்பு வழக்காகும். 1136 பக்கங்களில் 100 பத்திகளில் சிறப்பு நீதிமன்ற நீதிபதி திரு.மைக்கேல் டி குன்ஹா அவர்கள் அளித்துள்ள தீர்ப்புதான் றிப்பு நீதிமன்றத்தால் வழங்கப்பட்ட தீர்ப்புகளில் அதிக நபர்களால் படிக்கப்பட்ட தீர்ப்பாகும். அநேகமாக வழக்கறிஞர்களும், நீதிபதிகளும், பத்திரிகையாளர் களும், அரசு அதிகாரிகளும் மற்றும் பொதுமக்களும் ஆர்வத்துடன் படித்து விவாதித்தது இந்த தீர்ப்பினைத்தான். பலர் இவ்வழக்கு விவரமாக விவாதித்ததை நான் அறிவேன். சிலர் என்னுடனும் விவாதித்தனர். அயல்நாட்டிலுள்ள வழக்கறிஞர் ஒருவர் இத்தீர்ப்பினை முழுமையாகப் படித்துவிட்டு அதில் அளிக்கப்பட்ட சட்ட தீர்முடிவுகளை (findings) மிகவும் பாராட்டினார்.

அனைவரது கவனத்தையும் இந்த ஒரு சொத்துக்குவிப்பு வழக்கு ஈர்த்ததற்கான காரணம் அதில் குற்றம் சுமத்தப்பட்டவர் ஒரு முதலமைச்சர் என்பதாலோ, அவ்வழக்கு பல ஆண்டு காலம் இழுத்தடிக்கப்பட்டது என்ற கருத்தாலோ, ஊழல் தடுப்பு காவல்துறை டி.எஸ்.பியே குற்றம் சுமத்தப்பட்டவர்களுக்கு ஆதரவாக சாட்சியமளித்தார் என்பதாலோ, அதில்

அளிக்கப்பட்ட அபராதத் தண்டனை ரூபாய் 100 கோடி என்பதாலோ அல்லது அவ்வழக்கில் நியமிக்கப்பட்ட அரசு வழக்கறிஞர்கள் தொல்லைகளுக்குள்ளாக்கப்பட்டனர் என்பதாலோ அல்ல. சட்டத்தின் மேன்மையையும் சட்டத்தின் ஆட்சியையும் ('Rule of Law and its majesty') அனைவரும் விரும்புகின்றனர், எதிர்பார்க்கின்றனர் என்பதாலாகும்,

சொத்துக்குவிப்பு வழக்கினைத் தொடுத்து, முறையாகப் புலன் விசாரணை செய்து சாட்சிகளை நீதிமன்றத்தில் விசாரித்து வாதிட்டு வெற்றிகண்ட தமிழக ஊழல் தடுப்பு மற்றும் கண்காணிப்புக் காவல்துறை அதிகாரிகளும் உயர் காவல் அதிகாரிகளும் இன்று இத்தீர்ப்பினை வெளிப்படையாகப் பாராட்ட முடியாத சூழ்நிலையிலிருக்கலாம்.

ஆனால் இவ்வழக்கினை சிறப்பாக புலன் விசாரணை செய்து அறிக்கை சமர்ப்பித்த டி.எஸ்.பி. திரு.நல்லமநாயுடு அவர்களையும், அவருக்கு சட்ட அறிவுரை வழங்கிய விஜிலென்ஸ் துறை சட்ட ஆலோசகர் மறைந்த திரு. K.V.வெங்கடராமன், பின்ன வழக்கினைக் கையாண்ட சீனியர் திரு.N.நடராஜன், திரு.A.V.சோமசுந்தரம், திரு.G.ஜவஹர்லால், வழக்கறிஞர்கள், பெங்களூரில் இவ்வழக்கினை கையாண்ட சீனியர் திரு.B.V. ஆச்சார்யர், திரு.சந்தோஷ் சவுதா, திரு.பவானிசிங் மற்றும் திரு.முருகேஷ் மராடி ஆகிய வழக்கறிஞர்களை மனதாரப் பாராட்ட வேண்டும். சட்டத்தின் மேலாண்மையை நிலைநாட்ட அவர்கள் செலுத்திய உழைப்பும் விடாமுயற்சியும் என்றென்றும் நினைவில் நிற்கத்தக்கவை.

அரசனின் நடவடிக்கைகளை கேள்வி கேள்பது தேசத் துரோகம் அல்லவா? என்றான் முதலாவது ஜேம்ஸ் என்ற இங்கிலாந்து தேசத்து மன்னன். அவனுக்கு எட்வர்டுகோக் என்ற தலைமை நீதிபதி அளித்த பதில், "The King is under no man, but under the law", “ஒரு அரசன் தனிமனிதன் எவருக்கும் பதிலளிக்க வேண்டியதில்லை. ஆனால் நாட்டின் சட்டத்திற்கு அடிபணிந்தே ஆகவேண்டும்”. இச்சம்பவத்தை மேற்கோளாக்கி நமது இந்திய உச்சநீதிமன்றம் பல வழக்கில் தீர்ப்புகளில் "Be you ever so high, the law is above you" ஒருவர் எவ்வளவு உயரிய அந்தஸ்தில் இருந்தாலும் சட்டத்திற்கு கட்டுப்பட்டே ஆகவேண்டும் என உணர்த்தியுள்ளது.

நீதிமன்றங்கள் மக்களின் நன்மைக்காகவும் நீதிமன்றத் தீர்ப்புகள் மக்கள் பிரச்சினைகளுக்குத் தீர்வு காணும் முக மாகத்தான் தரப்படுகின்றன என்பதை உணர்த்துவதற்காகத்தான்

நக்கீரன் இதழ்களில் சொத்துக்குவிப்பு வழக்கின் முக்கிய பகுதிகள் வெளியிடப்பட்டது. 'கேள்வி-பதில்' பாணியை கடைப்பிடித்து தீர்ப்பிலுள்ள ஒவ்வொரு தீர்முடிவுகளுக்கான ஆதாரங்களையும் காரணங்களையும் நக்கீரன் விளக்கியுள்ளது, சொத்துக்குவிப்பு வழக்கின் தீர்ப்பு குறித்து மக்களின் மனங்களில் எழும் ஒவ்வொரு சந்தேகத்தையும் கேள்விக்கணையாகத் தொடுத்து தீர்ப்பின் முக்கிய பகுதிகளை பதிலாகத் தந்து விளக்கும் புதிய யுக்தியை வெற்றிகரமாகக் கையாண்ட நக்கீரனுக்கு எனது வாழ்த்துகள். வழக்கறிஞர்கள் படிக்கும் சட்ட இதழ்களால் கூட விளக்கி புரிய வைக்க இயலாத சட்டக் கருத்துக்களை அனைவரும் புரிந்துகொள்ளும் வகையிலுள்ளதாக்கியது, நக்கீரனின் பாராட்டத்தக்க முயற்சியாகும். தீர்ப்பு வெளியானதும் மக்கள் மனதில் எழுந்த கேள்விகள்:-

1. இந்தச் சொத்துக்குவிப்பு வழக்கு அரசியல் உள்நோக்கத்தின் காரணமாக தொடுக்கப்பட்ட வழக்கா?

2. திரைப்படத் துறையில் நடிகையாக இருந்த ஒருவர் சொத்துக்கள் சம்பாதித்திருப்பாரே, அப்படியானால் இந்த வழக்கில் ஆதாரங்கள் உள்ளனவா?

3. சசிகலா வகையறாக்கள் தங்களது குடும்பத்திற்காக சேர்த்த சொத்துக்களுக்காக ஜெ. சிறையில் அடைக்கப்பட்டுள்ளாரா?

4. திருமணச் செலவு மற்றும் இதர செலவினங்கள் வருமானமாகக் கருத முடியுமா?

5. பரிசுப் பொருள்கள் வாங்குவதுதவறா?

6. 18 வருடங்களாக இந்த வழக்கை நடத்த ஜெ.வை அலைக்கழிக்க வைத்துவிட்டு அவரை குற்றவாளி என அறிவிப்பது எந்த வகையில் நியாயம்?

இவ்வாறான கேள்விகளைத் தொடுத்து அதற்கான பதில்களாக தீர்ப்பில் கூறப்பட்ட முடிவுகளையே பதிலாக அனைவரும் எளிதாக புரிந்துகொள்ளும் வகையில் அக் கேள்விகளுக்குப் பதிலாகத் தந்துள்ளது நக்கீரன். நீதிபதி திரு. மைக்கேல் குன்ஹா அவர்கள் வழங்கிய 1136 பக்க தீர்ப்பின் முக்கிய அம்சங்களை அனைவரும் புரிந்துகொள்ளத்தக்க வகையில் அமைத்துள்ளது இந்த நூல்.

-ஆர்.சண்முகந்தரம்

16-12-2014

மக்கள் கேள்வி! நீதிபதி குன்ஹா பதில்கள்

18 ஆண்டு காலம் என்பது ஒரு தலைமுறைக்கான இடைவெளி. ஜெ.மீதான சொத்துக்குவிப்பு வழக்கு போடப்பட்டபோது பிறந்தவர்கள், நடந்து முடிந்த நாடாளுமன்றத் தேர்தலில் முதன்முறையாக வாக்களித்திருக்கிறார்கள். அவர்களுக்கு இந்த ஊழல் குறித்தோ, அதன் பின்னணி குறித்தோ தெரிந்துகொள்வதற்கான வாய்ப்பு குறைவு. 18 ஆண்டுகளுக்கு முன் இருந்த நாட்டு நடப்பை அறிந்த தலைமுறையினருக்குக் கூட பல செய்திகள் மறந்துபோயிருக்கும். இந்த வழக்கு பற்றிய விபரங்களைத் தொய்வின்றித் தொடர்ந்து விரிவாக வெளியிட்டு வந்த ஒரே பத்திரிகை உங்கள் நக்கீரன்தான்.

நீதிபதி குன்ஹா அளித்த ஊழலுக்கு எதிரான அதிரடித் தீர்ப்பு குறித்து பல பத்திரிகைகளும் எழுதிவந்த நிலையில், தொடக்கத்திலிருந்தே இந்த வழக்கு பற்றிய செய்திகளைத் தந்த நக்கீரனிடம் வாசகர்களும் பொதுமக்களும் வழக்கு பற்றியும் தீர்ப்பு பற்றியும் கேள்விகள் பலவற்றை முன்வைத்து வருகிறார்கள். அவர்களின் கேள்விகளுக்கு, குன்ஹாவின் தீர்ப்பில் உள்ள விபரங்களைப் பதில் வடிவில் மொழிபெயர்த்துத் தருகிறோம். உங்கள் சந்தேகங்கள் தெளிவு பெற தொடர்ச்சியாக இதைப் படியுங்கள்...

ஜெ.வுக்கெதிரான சொத்துக்குவிப்பு வழக்கில் புகார் தந்தவர் சுப்ரமணியசாமி. வழக்குப் போட்டது கலைஞர் தலைமையிலான தி.மு.க. ஆட்சி. இப்படி அரசியல் ரீதியாக பழிவாங்கப் போடப்பட்ட வழக்கில் உண்மை இருக்குமா?

நீதிபதி ஜான் மைக்கேல் டி குன்ஹா : இந்த வழக்கு ஜெ.வை அரசியல் ரீதியாக பழிவாங்க தொடரப்பட்ட வழக்கு என்பதற்கு நான் பதில் சொல்வதைவிட இதைப்பற்றி சுப்ரீம் கோர்ட் சொன்ன பதிலை எனது பதிலாகத் தருகிறேன். வழக்கு விசாரணை நடந்துவந்தபோது, 'ஜெ. முதல்வராக இருந்த

2003-ஆம் ஆண்டு இந்த வழக்கை கர்நாடக மாநிலத்திற்கு மாற்றி சுப்ரீம் கோர்ட் அளித்த தீர்ப்பில், அரசியல் ரீதியாக பழிவாங்குதல் பற்றி குறிப்பிட்டிருக்கிறார்கள். இந்தியாவின் ஜனநாயக அமைப்பில் ஆளும்கட்சியும், அதன் அரசும் செய்கிற தவறுகளையும், அராஜகங்களையும் சட்டமன்றத்திலேயும் வெளியேயும் தட்டிக் கேட்கும் கடமை எதிர்க் கட்சிக்கு கொடுக்கப்பட்டுள்ளது. ஆளும் கட்சியின் அராஜகத்தால் சாதாரண மக்கள் பாதிக்கப்படுவதிலிருந்து காப்பாற்றும் காவல் நாய்தான் எதிர்க்கட்சி. தி.மு.க. வின் பொதுச்செயலாளர் அன்பழகன் அவர்களுக்கு தமிழ்நாட்டின் நீதியையும், சட்டத்தின் ஆட்சியையும் காப்பாற்றுவதில் எதிர்க் கட்சித் தலைவர் என்ற முறையில் ஆர்வம் இருப்பது நியாயமானது' என சுப்ரீம் கோர்ட் சொல்லியிருக்கிறது. சுப்பிரமணிய சுவாமி கொடுத்த புகாரை வழக்குப் பதிவு செய்து, புலன் விசாரணை நடத்தி இறுதி அறிக்கை தயார் செய்து, அதை நீதி மன்றத்தில் குற்றம்சாட்டப்பட்டவர்களுக்கு எதிரான வழக்காக நடத்தியுள்ளனர். இந்தச் செயல்களை யாரும் அரசியல் ரீதியாக பழிவாங்குதல் என்றோ, உண்மைகள் இல்லாத வழக்கு என்றோ சொல்ல முடியாது. அப்படிச் சொல்வதில் எந்த அர்த்தமும் இல்லை. இதுதான் வழக்கை வேறு மாநிலத்திற்கு மாற்றிய சுப்ரீம் கோர்ட்டின் தீர்ப்புரை.

ஜெ. 66 கோடி ரூபாய்

நீதிபதி மைக்கேல்
டி குன்ஹா

வருமானத்துக்கு அதிகமாக சொத்து சேர்த்ததாக வழக்குப் போட்டு தண்டனை வாங்கிக் கொடுத்திருக்கிறார்கள். ஜெ. நூற்றுக்கும் மேற்பட்ட திரைப் படங்களில் நடித்தவர். அதில் 28 படங்களில் எம்.ஜி.ஆரின் கதா நாயகி. பல படங்கள் வெற்றிவிழா கண்ட திரைப்படங்கள். அதில் ஆயிரத்தில் ஒருவன் படத்தில் வைரங்கள் பூட்டிய சேலையில் வந்து ஆடிப்பாடினார். முதல்வர் ஆவதற்கு முன்பு அவர் எவ்வளவு சொத்து வைத்திருந்தார்?

ஜெயலலிதா

சசிகலா

இளவரசி

சுதாகரன்

நீதிபதி ஜான் மைக்கேல் டி குன்ஹா : ஜெ. முதல்வர் ஆவதற்கு முன்பு 1964 முதல் நடிகையாகவும், பின்னர் (1984-89) ஐந்து வருடம் எம்.பி.யாகவும், இரண்டு வருடம் (1989-91) எம்.எல்.ஏ.வாகவும் இருந்துள்ளார். 1960 வரை நடிகையாக இருந்த அவரது தாயார் சந்தியாவும், ஜெ.வும் சேர்ந்து பங்குதாரர்களாக நாட்டிய கலா நிகேதன் என்கிற அமைப்பை நடத்தி வந்தனர். 1971-ல் அவரது தாயார் இறந்தபோது அந்த அமைப்பின் சொத்துக்கள் ஒரே வாரிசு (அண்ணன் ஜெயக்குமாரை அமைப்பில் சேர்க்கவில்லை) என்ற அடிப் படையில் ஜெ.வுக்கு வந்து சேர்ந்தது. ஜெ. குடி யிருக்கும் போயஸ் கார்டன் வீடு, ஹைதராபாத் வீடு, பஷீராபாத்தில் உள்ள 13 ஏக்கர் திராட் சைத் தோட்டம், காஞ்சிபுரம் செய்யாறில் 3 ஏக்கர் நிலம், ஒரு பழைய அம்பாசிடர் மற்றும் கான்டசா, மாருதி கார் மற்றும் கம்பெனி ஷேர்கள், வங்கியில் வைத்திருந்த ஒரு லட்ச ரூபாய் இவையெல்லாம் சேர்த்து 8.5 லட்ச ரூபாய்தான் ஜெ.வின் 1971-ஆம் ஆண்டு சொத்து விபரம்.

ராஜ்யசபா எம்.பி.யாகவும், சட்டமன்ற எல்.எல்.ஏ.வாகவும் இருந்த காலத்தில்

அவருடன் சசிகலா இணைந்துகொண்டார். அதன்பிறகு கட்டிடங்களையும், நிலங்களையும் இருவரும் வாங்கிக் குவிக்க ஆரம்பித்தார்கள்.

2140 புடவைகள், ஜெ.வுக்கான 86 விதமான நகைகள், சசிகலா வாங்கிய 66 விதமான நகைகள், 700 கிலோ வெள்ளி என 2 கோடி ரூபாய் அளவிற்கு ஜெ. பெயரிலும், சசி பெயரிலும் ஜெ. முதல்வர் ஆவதற்கு முன்பு இருந்த சொத்துக்களாகும்.

ஜெ.வுக்கு வாரிசு இல்லை. அவர் ஏன் இவ்வளவு சொத்துக்கள் சேர்க்க வேண்டும், குற்றம் சாட்டப்பட்டு சிறையில் கைதியாக இருக்க வேண்டும். சசிகலா வகையறாக்கள் தங்களது குடும்பத்திற்காகச் சேர்த்த சொத்துக்களுக்காக ஜெ. சிறையில் அடைபட்டுள்ளாரா?

நீதிபதி ஜான் மைக்கேல் டி குன்ஹா : ஜெ.-சசிகலா உறவு முறை விநோதமாக இருக்கிறது. ஜெ. திருமணமாகாதவர். 1988-ஆம் ஆண்டு சசிகலா, ஜெ.வுடன் இணைந்து வசிக்கத் தொடங்கினார். சசிகலாவின் கணவர் நடராசன் முதலில் சமூகநலத்துறையில் வேலை செய்து விட்டு பிறகு மக்கள் தொடர்புத் துறையில் 1988-ஆம் ஆண்டு வரை வேலை பார்த்த ஒரு அரசு ஊழியர். ஸ்கூட்டர் வாங்க 3000, வீடு வாங்க 84,000 என லோன் வாங்கிக்கொண்டிருந்த நடராசன், ஜெ.வுடன் சசிகலா இணைந்ததும் வேலையை ராஜினாமா செய்துவிட்டார். சசி தம்பதியருக்குப் பூர்வீகச் சொத்துக்கள் எதுவும் இல்லை. அதேபோல் சுதாகரன் 1992-ல் சென்னை கல்லூரியில் படிக்கும் மாணவ ராகத்தான் போயஸ் கார்டனுக்குள் நுழைந்தார். அதேபோல் இளவரசிக்கும் பெரிய அளவில் வருமானம் இல்லை. இளவரசியின் ஆண்டு வருமானம் வெறும் 48,000 என அவர் வீட்டு வசதி வாரியம் நிலத்தை வாங்க சமர்ப்பித்த படிவத்தில் குறிப்பிட்டிருந்தார்.

பேராசிரியர் அன்பழகன்

மக்கள் கேள்வி

ஆனால் ஜெ.வுடன் சேர்ந்தவுடன் சசிகலா அவரும் ஜெ.வும் சேர்ந்து வியாபாரம் செய்ததாகக் கூறி சொத்து வரி, வருமான வரியெல்லாம் கட்ட ஆரம்பித்துவிட்டார். ஆரம்பத்தில் சசிகலா தம்பி திவாகரையும், அக்காள் மகன் தினகரனையும் பார்ட்னர்களாகக் கொண்டு கம்பெனிகள் துவக்கப்பட்டன. அதில் திடீர் மாற்றமாக அவர்களை நீக்கிவிட்டு சுதாகரனும் இளவரசியும் டைரக்டர்களானார்கள். டைரக்டரானதும் பணம் குவிய ஆரம்பித்தது. அப்போதும் மாணவனாக இருந்த சுதாகரன் பெயரில் வெறும் 105 ரூபாய் முதலீடு செய்து 92-ம் வருடம் பிப்ரவரி மாதம் சசிகலாவின் சிபாரிசுக் கடிதத்துடன் வங்கியில் கணக்குத் துவக்கப்பட்டது. அந்தக் கணக்கில் ஜூலை மாதம் ஐந்து லட்ச ரூபாய் வந்துவிடுகிறது. அதைத் தொடர்ந்து பல லட்ச ரூபாய் பணம் போயஸ் கார்டன் முகவரியிலிருந்து வந்து அந்த அக்கவுண்டில் குவிகிறது. அவை பல்வேறு காலகட்டங்களில் கம்பெனிகள், கட்டிடங்கள் என வாங்க சுதாகரனுக்கு அளிக்கப்படுகிறது. அப்படி வந்த பணத்தில் பெரும்பான்மை ஜெ.வும், சசி, சுதாகரன் ஆகிய மூவரும் டைரக்டர்களாக இருக்கும் ஜெயா பப்ளிகேஷன்ஸ் மற்றும் சசி எண்டர்பிரைசஸ் ஆகிய நிறுவனங்களின் வங்கிக் கணக்கிலிருந்துதான் வந்திருக்கிறது. சசிகலா, சுதாகரன், இளவரசி ஆகியோர் டைரக்டர்களாக உள்ள நிறுவனங்களில் நடந்த பண விநியோகத்திற்கும் எனக்கும் எந்தத் தொடர்பும் இல்லை என்கிறார் ஜெ. ஆனால் அனைத்துப் பண பரிவர்த்தனைகளும் ஜெயலலிதாவின் 36, போயஸ் கார்டன் முகவரியிலிருந்துதான் வங்கிகளுக்குப் போய்ச் சேர்ந்திருக்கிறது.

ஜெ. அணிந்திருந்த செருப்பு, கட்டியிருந்த வாட்ச்கள் இதையெல்லாம் கூடவா வருமானத்துக்கு அதிகமான சொத்து என கணக்குப் போடுவார்கள், தண்டனை அளிப்பார்கள்?

நீதிபதி ஜான் மைக்கேல் டி குன்ஹா : ஜெ.வின் வீட்டில் 389 ஜோடி செருப்புகள் இருந்ததாக இந்த வழக்குத் தொடர்ந்த ஊழல் தடுப்பு மற்றும் கண்காணிப்புத்துறை தெரிவித்திருந்தது. அந்த 389 ஜோடி செருப்புகளும் ஜெ.வுக்கு சொந்தமானது என விவரங்களைத் தெளிவாகத் தெரிவிக்க அந்த துறை தவறிவிட்டது. அதனால் செருப்புகளை கணக்கில் எடுத்துக் கொண்டு ஊழல் தொகையை கணக்கு செய்வதை நான் நிராகரிக்கிறேன். அதே நேரத்தில் 2 லட்சத்து 90,000 ரூபாய்

மதிப்புள்ள விலையுயர்ந்த 389 கைக்கடிகாரங்கள் குறித்து ஜெ. உரிய விளக்கம் அளிக்கவில்லை. அவை எனது சொத்துக்கள் என சொத்து வரியும் ஜெ. கட்டவில்லை. எனவே அந்த கைக்கடிகாரங்கள் சொத்துக்கணக்கில் காட்டவில்லை. எனவே அதை வருமானத்துக்கு அதிகமான சொத்து என நான் உறுதி செய்கிறேன்.

கடந்த 18 வருடங்களாக இந்த வழக்கை நடத்தி ஜெ.வை அலைக்கழித்துவிட்டு அவரை குற்றவாளி என அறிவிப்பது எந்த வகையில் நியாயம்?

நீதிபதி ஜான் மைக்கேல் டி குன்ஹா: இந்த வழக்கு விசாரணையை சுப்ரீம் கோர்ட் ஐந்து வருடம் மட்டும்தான் நிறுத்தி வைத்திருந்தது. 13 வருடங்கள் இந்த வழக்கின் விசாரணை நீண்டதற்கு குற்றம்சாட்டப்பட்டவர்கள்தான் காரணம். இந்த வழக்கு நீண்ட காலகட்டத்தில் ஜெ. இரண்டுமுறை முதல்வராக இருந்திருக்கிறார். சட்டத்தின் சந்துபொந்துகளில் நுழைந்து, தண்டனையிலிருந்து தப்பிப் பதற்கு அவர் இந்தக் காலத்தைப் பயன்படுத்திக் கொண்டிருக்கிறார்.

ஜெ. உள்ளிட்ட நால்வர் மீதான குற்றச்சாட்டுகள், அவை தொடர்பாக கோர்ட்டில் சமர்ப்பிக்கப்பட்ட ஆதாரங்கள், அவற்றிற்கு ஜெ. உள்ளிட்டோர் தரப்பு முன்வைத்த வாதங்கள்...

ஜெ. 66 கோடி ரூபாய் சொத்து சேர்த்தார் என தீர்ப்பளித்த நீதிபதி. அந்த 66 கோடி ரூபாயை எந்த அரசு திட்டத்தில் ஊழல் செய்து சம்பாதித்தார் என விளக்கமாக சொல்ல முடியவில்லையே ஏன்?

நீதிபதி ஜான் மைக்கேல் டி குன்ஹா : ஊழல் தடுப்பு சட்டம்தான், எது ஊழல் என விளக்கம் அளிக்க முடியும். அந்த சட்டத்தின்படி, பொதுமக்களின் சேவைக்காக அரசாங்கத்திடம்

சம்பளம், கமிஷன், பயணப்படி, பெறும் நபர் பொது ஊழியர் என அழைக்கப்படுகிறார். அதனடிப்படையில் முதல்அமைச்சர் ஒரு பொதுஊழியர். அவர் சட்டப்படி தெரிந்த வருமானத்தில் தான் சொத்துக்கள் வாங்க முடியும். சட்டப்படி தெரியாத வருமானத்தில் அவர் சொத்துக்களை வாங்கினார் என்றால் அது ஊழல். இப்படி சொத்து வாங்கும் நபர் முதலமைச்சராக இருந்தால் அவர் மீது ஊழல் தடுப்பு சட்டப்படி கவர்னர் அனுமதியுடன் வழக்கு தொடர முடியும் என சுப்ரீம் கோர்ட் சொல்லியிருந்தது. ஜெ. ஊழல் செய்தார் என வழக்கு தொடர அனுமதி அளித்த கவர்னரின் உத்தரவை எதிர்த்து 1997-ம் ஆண்டே மெட்றாஸ் உயர்நீதிமன்றத்தில் ஜெ. வழக்குத் தொடர்ந்தார். 'ஜெ.வுக்கு எதிராக ஊழல் தடுப்பு சட்டத்தின் கீழ் வழக்கு தொடர கவர்னர் அளித்த அனுமதி சட்டப்படி சரியானதே' என மெட்றாஸ் உயர்நீதிமன்றம் தீர்ப்பளித்தது. எனவே வருமானத்துக்கு அதிகமாக சொத்து சேர்த்தது, ஊழல் தடுப்பு சட்டத்தின் கீழ் தண்டிக்கப்படக் கூடிய பெரிய ஊழல் ஆகும்.

தமிழகத்தில் உள்ள அரசியல் தலைவர்களுக் கும் பெரிய மனிதர்களின் பிறந்த நாள் விழாக்களுக் கும் அவரது ஆதரவாளர்கள் பரிசு கொடுப்பது சாதாரண நிகழ்வு. மொய் வழங்கும் கலாச்சாரம் நடைமுறையில் இருக்கும் தமிழகத்தில் ஜெ.வின் பிறந்தநாளுக்கு கொடுத்த பரிசுக்கெல்லாம் ஊழல் முத்திரை குத்தலாமா?

நீதிபதி ஜான் மைக்கேல் டி குன்ஹா : 24-02-1992-ல் தனது 44-வது பிறந்த நாள் விழா கொண்டாடினார். 44-வது பிறந்தநாளுக்கு முன்போ அதற்குப் பின்போ ஜெ. பிறந்தநாள் கொண்டாடினாரா? இல்லையா? என்பதுபற்றி எந்த விபரமும் இல்லை. அந்த பிறந்தநாட்களின் போது ஜெ.வுக்கு பரிசுப் பொருட்கள் வந்ததா என்பது யாருக்கும் தெரியாது. ஆனால் 44-வது பிறந்தநாளின் போது தமிழகம் முழுவதுமுள்ள தொண்டர்கள் மட்டுமல்ல, வெளிநாட்டிலிருந்தும் அவருக்கு பரிசுப் பொருட்கள் வந்து குவிந்துள்ளன. தமிழகத்தில் உள்ளவர் கள் அ.தி.மு.க. கட்சித் தலைமை எந்தவிதமான அழைப்பும் விடுக்காமலேயே ஜெ.வுக்காக நிதி வசூல் செய்து, அதை வங்கியில் செலுத்தி டி.டி.யாக மாற்றி அனுப்பியிருக்கிறார்கள். நிதி வசூல் செய்ததற்கான எந்த ரசீதும் இல்லாமல் 2 கோடியே பதினைந்து லட்ச ரூபாய்க்கு அ.தி.மு.க. தொண்டர்கள்

டி.டி.யாக அனுப்பியுள்ளனர்.

வெளிநாட்டிலிருந்து டாலராக 77 லட்சத்து 52 ஆயிரம் ரூபாய் ஜெ.வுக்கு அனுப்பப்பட்டுள்ளது. அதை வருமான வரி கணக்கிலோ சொத்து கணக்கிலோ அந்த வருடம் ஜெ. காண்பிக்கவில்லை. 1991-வரை ஜெ.வுக்கு பரிசுகள் தங்கமும் வெள்ளியாக, ஆபரணங்களாக த்தான் கிடைத்துள்ளன. அதில் பணவரவு பற்றி எங்கும் குறிப்பிடவில்லை. ராஜ்யசபா உறுப்பினர், எம்.எல்.ஏ., முதல்வர் என பொது ஊழியர் பொறுப்புகளை வகித்த ஜெ. பொது ஊழியர்கள் யாரிடமிருந்தும் பரிசுப்பொருட்களை வாங்கக்கூடாது. அப்படி வாங்குவது அவர்களது பதவியை தவறாக பயன்படுத்தும் குற்றமாகும். ஏனென்றால் லஞ்சம் பரிசுப் பொருட்களாகக்கூட வரும் என சுப்ரீம் கோர்ட் ஏற்கனவே தெளிவுபடுத்தியுள்ளது. அதை மீறி 92-ம் ஆண்டு பிறந்தநாள் கொண்டாடிய ஜெ., வெளிநாட்டிலிருந்து பெற்ற பரிசுப் பொருட்களுக்காக ஊழல் தடுப்புச் சட்டத்தின் கீழ் வழக்கு தொடர்ந்துள்ளது சி.பி.ஐ.

எனவே ஜெ.வின் பிறந்தநாள் வசூல் பணத்தை வருமானத் துக்கு அதிகமாக சேர்த்த சொத்து என்றே முடிவு செய்கிறேன்.

கோடிக்கணக்கில் தொண்டர்களைக் கொண்ட இயக்கம் அ.தி.மு.க. அதன் அதிகாரப் பூர்வ நாளிதழ் 'நமது எம்.ஜி.ஆர்.' ஒவ்வொரு அ.தி.மு.க. தொண்டனின் ரத்தமும் சதையுமாக உள்ள 'நமது எம்.ஜி.ஆர்.' நாளிதழுக்காக கோடிக்கணக்கில் ரூபாய் வசூலித்து, அ.தி.மு.க. தொண்டர்கள் கொடுத்தார்கள். அந்த ரூபாய் களைக்கூட வருமானத்திற்கு அதிகமான சொத்து என முடிவு செய்து தண்டனை வழங்குவது நியாயமா?

நீதிபதி ஜான் மைக்கேல் டி குன்ஹா : 'நமது எம்.ஜி.ஆர்.' பத்திரிகை அ.தி.மு.க. பொதுச் செயலாளரான ஜெ.வின் கருத்துக்களை தாங்கிவரும் பத்திரிகை. அந்த பத்திரிகை அச்சுத் தொழில், பத்திரிகை வினியோகம், விளம்பரம், சந்தா ஆகிய பத்திரிகை தொடர்பான பணிகளில் மட்டும் ஈடுபடவில்லை. விளைநிலங்களை வாங்கி விவசாயம் பார்க்கும் வித்தியாசமான வேலையும் பார்த்திருக்கிறது. இந்த வழக்குத் தாக்கல் செய்யப்பட்ட பிறகு 'நமது எம்.ஜி.ஆர்.' பத்திரிகையின் வளர்ச்சி நிதிக்காக 1998-ம் ஆண்டு பணவசூல் கணக்கு ஒன்று காட்டப்பட்டது. ' 'நமது எம்.ஜி.ஆர்.' பத்திரிகைக்காக நாங்கள்

பணம் கொடுத்தோம்' என 31 பேர் கோர்ட்டுக்கு வந்து சாட்சி சொன்னார்கள். 'அவர்களிடம் பணம் பெற்றுக்கொண்டோம்' என பத்திரிகை நிர்வாகம் கொடுத்த ரசீது எதுவும் இல்லை. 1991 முதல் 96 வரை 'நமது எம்.ஜி.ஆர்.' பத்திரிகையின் வங்கிக் கணக்கில் லட்சக்கணக்கில் பணம் விழுந்துகொண்டிருந்தது. அதை ஜெ.வே நேரடியாக கையெழுத்து போட்ட செக்குகள் மூலம் எடுத்துக்கொண்டிருந்தார். 'தமிழ்நாடு முழுவதுமிருந்து அ.தி.மு.க. தொண்டர்களிடமிருந்து பணத்தை வசூலித்து, அது வங்கியில் சேர்க்கப்படவில்லை' என அந்த பத்திரிகையின் கணக்குகளை பராமரித்த கனரா வங்கியின் அதிகாரியான வித்யாசாகர் தனது சாட்சியத்தில் தெளிவாகக் கூறியுள்ளார்.

ஜெ. மீது 1996-ம் ஆண்டு வருமானத்துக்கு அதிகமான சொத்துக்குவிப்பு வழக்கு பதிவு செய்தபிறகு ஜெ.வின் ஆடிட்டராக இருந்த சௌந்தரவேலனின் மூளையில் உதித்தது தான் இந்த 'நமது எம்.ஜி.ஆர்.' பிக்சட் டெபாசிட் திட்டம்.

அதன்படி 1998-ம் ஆண்டு 'நமது எம்.ஜி.ஆர்.' சார்பில் வருமான வரித்துறையிடம் தாக்கல் செய்த கணக்கில் இந்த பிக்சட் டெபாசிட் மூலம் சுமார் 14 கோடி ரூபாய் வசூல் செய்ததாக கணக்கு காண்பிக்கிறார் சௌந்தரவேலன். அதற்கான ரசீதுகள் மற்றும் கணக்கு புத்தகங்கள் எங்கே என வருமான வரித்துறையினர் கேட்டபோது, "நமது எம்.ஜி.ஆரில் கணக்கு பார்த்தவருக்கு கணக்கு வழக்குகளை சரியாக பராமரிக்க தெரியாது என்றும், அந்த கணக்கு புத்தகங்களை டாடாசுமோவில் எடுத்துச் செல்லும்போது தி.நகர் பகுதியில் காணாமல் போய்விட்டது. அதை ஒரு புகாராகப் பதிவு செய்திருக்கிறோம்" என்றும் முதலில் பதிலளிக்கப்பட்டது.

அதை வருமானவரித்துறையினர் ஏற்கவில்லை. லஞ்ச ஒழிப்பு போலீசார் வழக்கு பதிவு செய்து 'நமது எம்.ஜி.ஆர்.' அலுவலகத்தில் கைப்பற்றிய ஆவணங்களிலும் இதுபோல ஒரு பிக்சட் டெபாசிட் திட்டம் இருந்ததற்கான எந்த ஆதாரமும் இல்லை. வருமானவரித்துறை இதற்காக ஒரு அதிகாரியை அனுப்பி ஆய்வு நடத்தியது. அப்பொழுதும் 'நமது எம்.ஜி.ஆர்.' நிர்வாகத்தால் அந்த பிக்சட் டெபாசிட் கணக்கு ஆவணத்தை கொடுக்க முடியவில்லை. வருமானவரித்துறை 'அந்த ஆவணங்களை தாக்கல் செய்யுங்கள்' என கடுமையான உத்தரவு போட்டபிறகு, சௌந்தரவேலன் 'அந்த ஆவணங்கள் புதிதாக கிடைத்தது, தேடி எடுத்தோம்' என தாக்கல் செய்தார். அதையே இந்த கோர்ட்டிலும் தாக்கல் செய்தார். அந்த சௌந்தர

20 மக்கள் கேள்வி

வேலன்தான் ஜெ.வின் மிக முக்கிய சாட்சி. அவர் சொன்னது பொய் சாட்சி. உண்மையைப் பற்றி அவர் கவலைப்படாதவர். அவர் தனது சாட்சியங்களை அவ்வப்போது சூழ்நிலைக் கேற்றவாறு மாற்றி மாற்றி சொல்லிக் கொண்டிருந்தார்.

அ.தி.மு.க. கட்சிக்காரர்களும் ஜெ.வுக்காக வரிசையாக வந்து பொய்சாட்சி சொன்னார்கள். எனவே 'நமது எம்.ஜி.ஆர்.' சார்பாக 14 கோடி வசூல் செய்தார்கள் என்பதை ஏற்க முடியாது. அது ஜெ.வின் ஊழல் பணம்தான்.

ஜெ. வீட்டில் பால் வாங்கியது, சமையல் வேலை பார்த்தவருக்கு சம்பளம் கொடுத்தது, மளிகை சாமான்கள் வாங்கியது கூடவா வருமானத்துக்கு அதிகமான சொத்தாகும்.

நீதிபதி ஜான் மைக்கேல் டி குன்ஹா : ஒரு பொது ஊழியர் அவர் பதவி வகித்த காலத்தில் செய்த செலவுகள் அனைத் திற்கும் கட்டாயம் கணக்கு வைத்திருக்க வேண்டும். வருமானத்துக்கு அதிகமாக சொத்து சேர்த்தார் என வழக்கு வரும் போது அவர் செய்த அனைத்து செலவுகளும் ஆராயப்படும், ஜெ., வீட்டில் 12 நாய் வைத்திருந்தார் தினமும் 18 லிட்டர் பால் வாங்கினார். நாய்களுக்காக மட்டன் வாங்கினார். அவர் வீட்டில் பாதுகாப்பு பணிகள் மேற் கொண்ட அழகு செக்யூரிட்டி காவலர்களுக்கு சம்பளம் கொடுத்தார். மொத்தம் பதிமூன்று ஏ.சி. மெஷின்களை இயக்கினார். அரசு அவரது வீட்டு மின்சார பில்லை கட்டியது. இதையெல்லாம் நாங்கள் கணக்கில் எடுத்துக்கொண்டோம். அவரது வேலையாட்களுக்கு என்ன தேவை என ஜெ.விடம் சொல்லப்படும். சம்பளம் உட்பட அனைத்தையும் ஜெ.வே தன் கையால் எழுதிக் கொடுப்பார். அதை சசிகலா பார்த்து அரசு அதிகாரிகள் மூலம் கொடுப்பார். 'அதற்கு எந்த ஆவணங்களும் இல்லை' என போயஸ் கார்டன் வேலையாட்கள் சாட்சிய மளித்தனர்

ஆடம்பரத் திருமணம்! யார் செலவு?

வளர்ப்புமகன் திருமண வைபவத்தில் ஜெ. - சசி

தமிழகத்தில் இரண்டு பெரிய வி.ஐ.பி.க்கள் சிவாஜியும் ஜெயலலிதாவும். இவர்கள் வீட்டு திருமணம் மிகவும் ஆடம்பரமாக நடப்பது இயல்பே. 'இந்த செலவுகளை நாங்கள் தான் செய்தோம்' என மணமகளின் மாமனும் சிவாஜியின் மகனுமான ராம்குமாரும், 'அ.தி.மு.க. சார்பில் நாங்கள்தான் செலவு செய்தோம்' என அ.தி.மு.க. தலைவர்களும் வருமான வரித் துறையிலும் கோர்ட்டிலும் சாட்சியம் அளித்த பிறகும் அந்த செலவுகளை காரணம் காட்டி

மக்கள் கேள்வி

ஜெ.வை தண்டிப்பது எந்த வகையில் நியாயம்?

நீதிபதி ஜான் மைக்கேல் டி குன்ஹா: இந்த திருமணம் சாதாரண திருமணமாக நடக்கவில்லை. 7 லட்சம் சதுர அடியில் சாதாரண மக்களுக்கு ஓலைப் பந்தல் போடப் பட்டது. வி.ஐ.பி.க்களுக்காக 24,000 சதுர அடியில் பந்தல் போடப்பட்டது. 60,000 பேருக்கு அழைப்பிதழ் கொடுக்கப் பட்டது. நான்கு ஏர்கண்டிஷன்களுடன் இரண்டு பாத்ரூம் களுடன் கூடிய மேடை 37 லட்ச ரூபாய் செலவில் கட்டி னார்கள். 7 லட்ச ரூபாய் செலவில் சாலை அமைக்கப்பட்டது. சுமார் 30,000 நாற்காலிகள்... 7 லட்ச ரூபாய் செலவு செய்து பட்டாசு, யானை ஊர்வலம், குதிரை சவாரி அடங்கிய ஊர்வலங்கள். ஆயிரக்கணக்கான நபர்களுக்கு சாப்பாடு, பல கிலோமீட்டர் அலங்காரம், பத்திரிகைகளில் விளம்பரங்கள் என மொத்தம் ஆறரை கோடி ரூபாய் செலவில் சுதாகரனின் திருமணத்தை எனது வளர்ப்பு மகன் கல்யாணம் என்ற பெயரில் ஜெ., நடத்தினார் என அரசு தரப்பு குற்றம் சாட்டியது.

ஜெ., 'சுதாகரன் திருமணத்திற்கு நான் ஒரு பைசா கூட செலவு செய்யவில்லை. அனைத்து செலவுகளையும் மணமக்கள் குடும்பத்தினர்தான் செய்தார்கள். அதிலும் மணமகளின் மாமா வும் சிவாஜியின் மகனுமான ராம்குமார்தான் செய்தார்' என கோர்ட்டில் சொன்னார். அத்துடன் அ.தி.மு.க. தலைவர்களை யெல்லாம் வரிசையாக அனுப்பி 'நான்தான் திருமணத்திற்கு 2 லோடு லாரி அரிசி அனுப்பினேன். நான்தான் பந்தல் போட் டேன். நான்தான் தெருவில் அலங்காரம் செய்தேன். நான்தான் பட்டாசு வெடித்தேன். யானை, குதிரையை அனுப்பினேன்' என சாட்சியும் சொல்ல வைத்தார். சுதாகரன் ஜெ.வின் வளர்ப்பு மகன் அல்ல. அவர் அ.தி.மு.க.வின் உறுப்பினரும் அல்ல என்பதை கூடுதல் தகவலாக சாட்சியம் அளித்தவர்கள் சொல்லி விட்டு போனார்கள்.

ஜெ.வின் வளர்ப்பு மகனும் அல்ல, அ.தி.மு.க.வின் உறுப்பினரும் அல்லாத சுதாகரனின் திருமணத்திற்கு அ.தி.மு.க. தலைவர்கள் ஏன் லட்சக்கணக்கில் ரசீது கூட இல்லாமல் வசூல் செய்ய வேண்டும், செலவழிக்க வேண்டும் என்கிற கேள்விகள் எழுந்தன. சுதாகரனின் திருமணத்திற்கு ஒரு பைசா கூட செலவு செய்யவில்லை என சொன்ன ஜெ., சுதாகரனின் திருமணம் தொடர்பாக வருமான வரித்துறை அனுப்பிய நோட்டீசுக்கு பதிலளிக்கும் போது '12 லட்ச ரூபாயை அழைப்பிதழ் அடிக்க நான் அளித்தேன். இரண்டரை லட்ச ரூபாயை அழைப்பித ழோடு வெள்ளித்தட்டில் பட்டு வேட்டி, பட்டுப்புடவை,

அங்கவஸ்திரம் ஆகியவற்றை வைத்து கொடுப்பதற்காக செலவு செய்தேன். விசேஷ விருந்தாளிகளை பார்க் ஷெரட்டன் நட்சத்திர ஓட்டலில் தங்க வைக்க 2 லட்ச ரூபாய் எனது கணக்கில் இருந்து எனது கையொப்பமிட்டு கொடுக்கப்பட்டது.

குமரன் சில்க்ஸில் துணி வாங்க 5 லட்ச ரூபாய் செக் கொடுத்தேன். திருமணத்தை போட்டோ எடுக்க 54,000 ரூபாயை நான்தான் தந்தேன். பத்திரிகைக்கு விளம்பரம் கொடுத்தேன். பந்தலுக்கு செலவு செய்தேன். அரிசி, பருப்பு வாங்கினேன்' என ஏகப்பட்ட செலவுகளை ஜெ.வே ஒப்புக் கொண்டிருக்கிறார். ஓர் இடத்தில் கூட 'இந்த செலவுகளை எனது கட்சிக்காரர்கள் செய்தார்கள்' என சொல்லவில்லை. இந்த ஆதாரங்களையெல்லாம் விசாரணை அதிகாரியான நல்லம்மநாயுடு, ஜெ.விடம் 84 முதல் ஆடிட்டராக இருந்த ராஜசேகரன் வீட்டிலும் அலுவலகத்திலும் ரெய்டு நடத்தி சேகரித்தார். அதை பொய் என ஜெ.வால் நிரூபிக்க முடியவில்லை. அத்துடன் மணப்பெண்ணின் தகப்பனார் நாராயணசாமி கோர்ட்டுக்கு வந்து 'நாங்கள்தான் திருமண செலவுகளை செய்தோம்' என சாட்சியளிக்கக் கூட முன்வரவில்லை. மணப்பெண்ணின் தகப்பனார் 14 லட்ச ரூபாய் செலவு செய்ததாக சொல்கிறார்கள். அதில் ஒரு ரூபாயைக் கூட மணப்பெண்ணின் மாமாவும் சிவாஜியின் மகனுமான ராம்குமாரிடம் கொடுக்கவில்லை.

ராம்குமார் எந்த குடும்பத்தின் திருமண நிகழ்விலும் நிகழாத அதிசயமாக இந்த திருமணத்திற்கென தனியாக ஒரு வங்கி கணக்கை ஆரம்பித்ததாக கூறி, ஒரு வங்கி பாஸ்புக்கை கோர்ட்டில் காட்டினார். அவரை வழக்கு விசாரணையின் ஆரம்பத்தில் புலனாய்வு அதிகாரியான நல்லம்ம நாயுடு மூன்று முறை விசாரித்திருக்கிறார். திருமண செலவுகளுக்காக வங்கி கணக்கு ஒன்றை ராம்குமார் தொடங்கினார் என்றால் அந்த கணக்கு புத்தகத்தை நல்லம்ம நாயுடுவிடம் ஏன் அப்போதே காட்டவில்லை. அவர் கோர்ட்டில் காட்டிய வங்கி கணக்கு புத்தகத்தின் ஜெராக்ஸ் காப்பியில் எந்த கிளையில் எப்போது ஆரம்பிக்கப்பட்டது என்கிற விவரமேயில்லை.

ஏ.ஆர்.ரகுமான், மாண்டலின் சீனிவாசன் போன்றவர்கள் இலவசமாக நடத்திய இசை கச்சேரியை தவிர மற்ற அனைத்து செலவுகளையும் ஜெ.வும், சசியும், சுதாகரனும் சேர்ந்துதான் செய்திருக்கிறார்கள் என முடிவுக்கு வருகிறேன்.

சங்கராச்சாரியார் வழக்கு போல இந்த வழக்கில் ஏகப்பட்ட சாட்சிகள் பல்டியடித்ததாக கூறினார்களே அதையும் தாண்டி இந்த தீர்ப்பு எப்படி வந்தது?

நீதிபதி ஜான் மைக்கேல் டி குன்ஹா: அந்த பல்டி சாட்சியங்களையெல்லாம் வழக்கு கர்நாடகத்திற்கு மாற்றப் பட்ட பிறகு, அப்பொழுது சிறப்பு வழக்கறிஞராக இருந்த ஆச்சார்யா பல்டி சாட்சியங்களை அழைத்து அவர்கள் அளித்த வாக்குமூலங்களில் உண்மை நிலை என்ன என்பதை தனது வாத திறமையின் மூலம் கோர்ட்டுக்கு புரிய வைத்தார்.

ஒருவர் வருமான வரி கட்டினாலே அந்த பணம் கறுப்பு பணம் இல்லை என்கிறார்கள். ஜெ. மீது குற்றம் சாட்டப்பட்ட 66 கோடிக்கும் அவர் வருமான வரி கட்டியிருக்கிறார் அதற்குப் பிறகும் அவரை குற்றவாளி என நீதிமன்றம் எப்படி முடிவு செய்தது.

நீதிபதி ஜான் மைக்கேல் டி குன்ஹா: வளர்ப்பு மகன் திருமணம் தொடர்பாக சாட்சியமளித்த வருமான வரித்துறை அதிகாரி, '1993-94ம் ஆண்டிற்கான ஜெ.வின் வருமான வரி கணக்கு இன்னமும் முழுமையாக ஏற்றுக் கொள்ளப்பட வில்லை' என்கிறார். ஜெ. முதல்வராக இருந்த 91-96 வரை வருமான வரி கணக்குகள் முறையாக செலுத்தப்படவில்லை. 1997-ல் சொத்துக் குவிப்பு வழக்கின் குற்றப் பத்திரிகையை படித்தபிறகு வருமான வரி கணக்குகளை சரி செய்யும் முயற்சிகளை ஜெ. மேற்கொண்டுள்ளார். வருமானவரித்துறை என்பது வேறு; நீதிமன்றம் என்பது வேறு. 'ஒருவர் வருமான வரித்துறையிடம் கணக்கு காண்பித்து விட்டாலே அவரிடம் உள்ள பணம் ஊழல் பணம் அல்ல என்ற முடிவுக்கு வந்து விட முடியாது' என சுப்ரீம் கோர்ட் சொல்லியிருக்கிறது.

91-96 காலகட்டத்தில் ஜெ. எத்தனை சொத்துக்களை வாங்கினார்?

நீதிபதி ஜான் மைக்கேல் டி குன்ஹா: மொத்தம் 193 அசையா சொத்துக்களை ஜெ., சசி, இளவரசி, சுதாகரன் வாங்கி யுள்ளனர். அதில் நிலம் மட்டும் 3,000 ஏக்கர் பரப்பளவை கொண்டிருக்கிறது. வாங்கிய நிலங்களில் புதிய கட்டிடங்களை கட்டியிருக்கிறார். எந்திரங்கள் வாங்கியிருக்கிறார். புதிய கார்கள், லாரிகள், பஸ்கள் என ஏகப்பட்ட சொத்துக்களை வாங்கி குவித்திருக்கிறார்.

கணக்கில் வராமல் குவிக்கப்பட்ட தங்கம் வெள்ளி வைரம்!

ஜெயலலிதா -சசிகலா உள்ளிட்டோரின் நிலம் -நகை ஆகியவை குறித்து மக்களுக்கு ஏற்படும் சந்தேகங்கள் பற்றி மிகத்தெளிவாகவே தனது தீர்ப்பில் விளக்கியிருக்கிறார் நீதிபதி ஜான் மைக்கேல் டி குன்ஹா.

பொதுவாக பெண்கள்,

மக்கள் கேள்வி

தங்கம் மற்றும் வைர நகைகளை வாங்க ஆசைப் படுவார்கள். ஜெ.வின் வீட்டில் தங்க, வைர நகை கள் கொட்டிக் கிடக்கின்றது என எதிர்க்கட்சிகள் 91-96 காலகட்டத்தில் பிரச்சாரம் செய்தன. உண்மையில் ஜெ.விடமிருந்த நகைகளின் மதிப்பு என்ன?

நீதிபதி ஜான் மைக்கேல் டி குன்ஹா: 1965-ம் ஆண்டு முதல் ஜெ. வருமான வரி கட்டுபவராக இருந்து வருகிறார். வருமான வரியை கணக்கிடும்போது கூடவே நகைகள் போன்றவற்றை கணக்கிட்டு சொத்து வரியும் கணக்கிடப்படும். 1987, 89 காலகட்டத்தில் சொத்து வரிகட்டும் போது சசிகலா சொத்து வரி கட்டவில்லை. 1992-ம் ஆண்டு திடீரென என்னிடம் நகைகள் இருக்கிறது என சசிகலா சொத்து வரி கட்டுகிறார். ஜெ.வுக்கு வந்த நகைகள் எதற்கும் எந்த இடத்திலி ருந்து வாங்கினார் என்பதற்கான பில் எதையும் ஜெ. வைத்திருக்கவில்லை. அவையெல்லாம் எனக்கு பரிசாக வந்த நகைகள் என்றுதான் சொத்து வரி கணக்கில் கூறுகிறார். 1992-ம் ஆண்டு சசிகலா பெயரில் நகைகள் எப்படி திடீரென முளைத்தது என்பதை பற்றி ஜெ. விளக்கவில்லை. அவை ஜெ.வின் நகைகள் அது சசிகலா பெயரில் பதிவு செய்யப்பட்டு கணக்கு காண்பிக்கப்பட்டது என்கிற நியாயமான சந்தேகம் எழுவது தவிர்க்க முடியாதது. போயஸ் தோட்ட வீட்டில் ரெய்டு நடத்திய போலீசார், 36, போயஸ் கார்டன், 31-டி போயஸ் கார்டன் ஆகிய முகவரிகளில் கண்டெடுத்த நகை 27,558 கிராம் நகைகள். அதில் 7040 கிராம் நகைகள் ஜெ., சசி இருவரிடமும்... ஜெ. முதல்வராக பதவியேற்பதற்கு முன்பு இருந்தது என ஜெ.வும் சசியும் கணக்கு காட்டியுள்ளனர். அதை கழித்துப் பார்த்தால் 20, 548 கிராம் நகைகள் கணக்கு காட்டப்படாத நகைகள். அந்த நகைகளில் ஒரு கோடியே 60 லட்சம் மதிப்புள்ள வைரக் கற்கள் பதிக்கப்பட்டிருந்தன.

ஜெ. முதல்வராக இருந்த காலகட்டத்தில் 723 விதமான தங்க, வைர நகைகளை வாங்கியுள்ளார். அதன் மொத்த மதிப்பு இரண்டு கோடியே 52 லட்ச ரூபாய் ஆகும். அதே காலகட்டத் தில் ஜெ. 416 கிலோ வெள்ளியையும் வைத்திருந்தார். அதன் மதிப்பு 20 லட்சத்து 30,000 ரூபாய் என மதிப்பிடப்பட்டுள்ளது. அத்துடன் கனரா வங்கி, இந்தியன் வங்கி, சென்ட்ரல் வங்கி, பாங்க் ஆஃப் இந்தியா, ஸ்ரீராம் ஃபைனான்ஸ், கோத்தாரி ஓரியண்டல் ஃபைனான்ஸ் போன்ற கம்பெனிகளில் பிக்சட்

ஜெ.-சசியின் வெள்ளி மற்றும் தங்கத்தின் அணிவகுப்பு

டெபாசிட் ஆக மூன்றரை கோடி ரூபாய் ஜெ. வைத்திருந்தார். இது தவிர பல்வேறு வங்கி கணக்குகளில் செலவழிக்காத பணமாக ஒருகோடி ரூபாய் ஜெ. மற்றும் சசி, சுதாகரன், இளவரசி வகையறாக்கள் வைத்திருந்தனர். இதில் பிக்சட் டெபாசிட் ஆக இருந்த மூன்றரைகோடி ரூபாய்க்கும், செல வழிக்காத பணமாக இருந்த ஒரு கோடி ரூபாய் என மொத்தம் நான்கரை கோடி ரூபாய் இருந்தது என லஞ்ச ஒழிப்பு போலீசார் கண்டுபிடித்ததை கடந்த பதினெட்டு வருடமாக நடந்த இந்த வழக்கில் எந்த காலகட்டத்திலும் ஜெ. தரப்பு மறுக்கவேயில்லை. இதனுடன் சுமார் 1 கோடியே 30 லட்ச ரூபாய் மதிப்புள்ள 20 வாகனங்கள், ஜெ., சசி, இளவரசி, சுதாகரன் பெயரில் ஓடிக்கொண்டிருந்தன. அதில் ஒன்று எல்லா நவீன வசதிகளுடன் கூடிய சொகுசுப் பேருந்து. இப்படி நகை, பணம், வாகனம் மட்டும் எட்டரை கோடி ரூபாய் சொத்தை வருமானத்துக்கு அதிகமாக ஜெ. சேர்த்திருக்கிறார்.

ஜெ.வும் சசியும் 3000 ஏக்கர் நிலங்களை வாங்கியுள்ளதாக குற்றம் கூறப்பட்டுள்ளது. நிலங்களை வாங்குவது என்ன தண்டனைக்குரிய குற்றமா?

நீதிபதி ஜான் மைக்கேல் டி குன்ஹா: சென்னை வடக்கு கடற்கரை பத்திரப்பதிவு அலுவலகத்தின் அதிகாரியான ராதாகிருஷ்ணனை அவரது துறை சார்ந்த உயரதிகாரிகள் போயஸ் கார்டனுக்கு செல்லுமாறு உத்தரவிடுகிறார்கள். ஜெ.வின் உத்தரவால் அழைக்கப்பட்ட அவர் அன்றைய தினம் ஆறு சொத்து பத்திரங்களை பதிவு செய்கிறார். அதில் ஒன்றில் கூட வாங்குபவர் பெயர் கிடையாது. உயர் பதவியில் இருக்கும் ராதாகிருஷ்ணன், ஜெ.வின் விருப்பத்தை நிறைவேற்ற இந்த

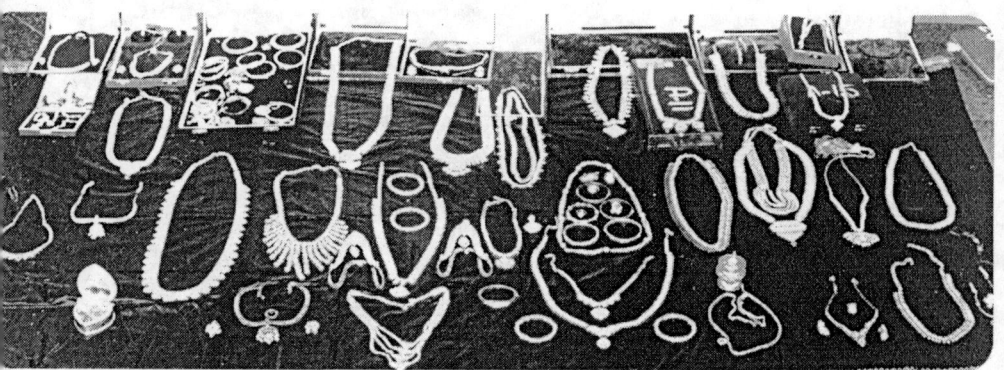

சட்டவிரோத காரியங்களை செய்திருக்கிறார். பிரபல இசையமைப்பாளர் கங்கை அமரனுக்குச் சொந்தமான 22 ஏக்கர் நிலம் பையனூரில் இருந்தது. அதை ஜெ.வும் சசியும் வாங்க விரும்புகிறார்கள் என ஜெ.வின் உறவினர் பாஸ்கரன் அவரை போயஸ் கார்டனுக்கு அழைத்துச் சென்றுள்ளார். அங்கு கங்கை அமரனிடம் சசிகலா, ஜெ. அந்த இடத்தை வாங்க விரும்புவதாக கூறினார். அதற்கு 'நான் கதை எழுது வதற்கும் இசை அமைப்பதற்கும் அந்த பையனூர் நிலத்தில் கட்டப்பட்டுள்ள சிறிய வீடு உதவியாக உள்ளது. அதை விற்க எனது குடும்ப உறுப்பினர்கள் விருப்பப்படவில்லை' என விற்க மறுத்தார். அதன்பிறகு சுதாகரன் பத்திரப்பதிவு அதிகாரிகளை கங்கை அமரனது வீட்டிற்கே அழைத்து சென்றுள்ளார். 22 ஏக்கர் நிலத்தை வெறும் 13 லட்ச ரூபாய்க்கான டி.டி.யை கங்கை அமரனது கையில் கொடுத்துவிட்டு, அந்த நிலத்தை வாங்குபவர் யார் என குறிப்பிடாத சொத்து பதிவு பத்திரங்களில் கையெழுத்தை வாங்கிக்கொண்டு சென்றார்கள் என கோர்ட்டில் ஆவணங்களுடன் சாட்சியளித்துள்ளார். இவர்கள் நிலங்களை வாங்கிப் போட்ட விதம் மட்டும் சட்டவிரோதமாக இருக்கவில்லை. அந்த நிலங்களை வாங்கிய வேகமும் சந்தேகத்தை உருவாக்குகிறது.

சுதாகரனுக்கு சொந்தமான ரிவர்வியூ வே அக்ரோ பார்ம்ஸுக்காக திருநெல்வேலி மாவட்டத்தில் உள்ள வள்ளிக்குளம், வீரான்குளம், சேரக்குளம் ஆகிய கிராமங்களில் உள்ள 1163 ஏக்கர் நிலத்தை 15-ம் தேதி சுதாகரன் வந்து பார்த்தார். அந்த நிலத்தை விற்க எங்களுக்கு சம்மதம் என ஒப்புதல் பத்திரங்களை வாங்கி 20-ம் தேதி 23 லட்ச ரூபாய்க்கு வடசென்னை பத்திரப்பதிவு அலுவலகத்தில் பதிவு செய்தனர்.

நீதிபதி குன்ஹா பதில்கள்

இப்படி ஏக்கர் கணக்கில் நிலங்களை வாங்குவதற்கென்றே பத்திரப்பதிவு எழுத்தர்களை போயஸ் கார்டனில் பத்திரப்பதிவு துறையிலிருந்து தினமும் வரவழைத்தனர். பல சொத்துக்களை மார்க்கெட் விலைக்கு மிகவும் குறைவான மதிப்புகளில்தான் வாங்கினார்கள். நிலத்தை ஜெ.வுக்கும் சசி வகையறாக்களுக்கு விற்ற நில உரிமையாளர்களுக்கு கடைசிவரை யார் தங்களது நிலத்தை வாங்குகிறார் என தெரியாது. இப்படி ஆட்சி அதிகாரம் அனைத்தையும் பயன்படுத்தி ஊழலில் சம்பாதித்த பணத்தை வைத்து நிலத்தை வாங்கி குவித்தது சட்டப்படி குற்றம்.

இத்தனை முறைகேடுகளில் ஜெ. நேரடியாக ஈடுபட்டார் என்பதற்கு என்ன ஆதாரம்?

நீதிபதி ஜான் மைக்கேல் டி குன்ஹா : இந்த முறைகேடுகளை செய்தவர்களுக்கு ஆதரவாக ஜெ. செயல்பட்டார். இந்த 66 கோடி ரூபாய் பணமும் வங்கிகள் வழியாகத்தான் புழங்கியுள்ளன. வங்கிகளில் இந்தப் பணத்தை பல்வேறு கம்பெனிகளின் பெயரில் கொண்டு போய் போட்டவர்கள் இருவர். ஒருவர் ராம்விஜயன். மற்றொருவர் ஜெயராமன். போயஸ் கார்டனில் இவர்கள் வேலைபார்த்த வேலைக்காரர்கள் என்பதற்கு ஆதாரம் உள்ளது.

இதில் ராம்விஜயன் இறந்துவிட்டார். ஜெயராமன் இந்த வழக்கில் சாட்சியமளித்துள்ளார். 'தினமும் சசிகலா சூட்கேசிலும் பையிலும் லட்சக்கணக்கான ரூபாயை என்னிடம் தருவார்கள். அத்துடன் அந்த பணத்தை எந்த கம்பெனி அல்லது தனிநபர் கணக்கில் போட வேண்டும் என வங்கி கணக்கு செலுத்தும் படிவத்தில் எழுதி தருவார். அதில் என் கையெழுத்தைப் போட்டு வங்கியில் செலுத்துவேன்' என ஜெயராமன் சாட்சியமளித்தார். 'விஜயனும் ஜெயராமனும் வங்கிக் கணக்குகளில் பணம் செலுத்திய படிவங்களை நாங்கள் பார்த்தோம்' என வங்கி மேனேஜர்கள் சாட்சியம் அளித்துள்ளனர். இவர்கள் இருவரும் ஜெ.வின் வீட்டு வேலைக்காரர்கள். ஜெ.வின் ஊழல் பணத்தை, சசிகலா இவர்கள் மூலம் வங்கியில் பணம் போட்டிருக்கிறார். விஜயன், ஜெயராமன் இருவரும் வங்கியில் செலுத்திய பணம் ஜெ.வின் பணம்தான்.

யார் அந்த நாகம்மாள்?

ஜெ.வும் சசியும் வருமான வரித் துறையிடம் 66 கோடிக்கும் கணக்கு காட்டி விட்டார்கள். வருமான வரித்துறையில் ஜெ.வும் சசியும் காட்டிய கணக்கை விரிவாக எடுத்துரைத்தாலே வருமானத்துக்கு அதிகமாக சொத்து சேர்த்த குற்றச்சாட்டு செல்லாக்காசாகி விடும் என தமிழகத்தைச் சேர்ந்த சட்டம் தெரிந்த எழுத்தாளர்கள் சொல்கிறார்களே?

நீதிபதி ஜான் மைக்கேல் டி குன்ஹா: ஜெ. முதல்வராக இருந்த கால கட்டத்தில் வாங்கிய தங்க, வைர நகைகள், வங்கிகளில் வைத்திருந்த பிக்சட் டெபாசிட்டுகள், செலவழிக்காமல் வைத்திருந்த பணம் என நான்கரை கோடி

ரூபாய் பணத்திற்கு எந்த வருமான வரித்துறையிடமும் கணக்கு காட்டவில்லை. இது எந்த கணக்கும் காட்டப்படாத ஊழல் பணம் என லஞ்ச ஒழிப்பு போலீஸ் சிறப்பு நீதிமன்றத்தில் சந்தேகத்திற்கு இடமின்றி நிரூபித்துள்ளது. வருமானவரித் துறையிடம் ஜெ.வும் சசியும் காண்பித்த கணக்கு எப்படி இருக்கிறது என நான் ஆராய்ந்ததில் ஒரு சில உண்மைகள் தெளிவாகத் தெரிகிறது.

ஜெ.வும் சசியும் பார்ட்னர்களாக இருந்த சசி எண்டர் பிரைசஸ் நிறுவனத்தின் ஒட்டுமொத்த நிர்வாகத்தையும் சசிகலாவுக்கு அதிகாரம் கொடுத்து ஒப்படைத்து விட்டேன் என ஜெ. தனது பதிலில் சொல்லியிருக்கிறார். சசி எண்டர்பிரைசஸ் மூலமாக ஜெ., சசி ஆகிய இருவரது கணக்கில் ஆறு லட்சத்து பதினைந்தாயிரத்து தொள்ளாயிரம் ரூபாய் ஊழல் பணம் புழங்கியது என லஞ்ச ஒழிப்பு போலீஸ் சொன்னது. இல்லவே இல்லை... சசி எண்டர்பிரைசஸ் நிறுவனத்தில் *91-96* காலகட்டத்தில் பனிரெண்டு லட்சத்து அறுபதாயிரத்து எண்ணூறு ரூபாய் எனவும் லஞ்ச ஒழிப்புத் துறை சரியாக கணக்கிடவில்லை எனவும் சசியின் வழக்கறிஞர் மணிசங்கர் ஊழல் தொகையை இரட்டிப்பாக்கினார். சசி எண்டர்பிரைசஸ் தொலைபேசி வசதிகள் செய்து தந்தன. ஜெராக்ஸ் காப்பி எடுத்துக் கொடுத்தது, ஃபேக்ஸ் அனுப்பியது, பில்டிங் பிளான்களை வரைந்து தந்தது போன்ற முக்கியமான வேலைகளை செய்ததன் மூலம் சசி எண்டர்பிரைசஸ் நிறுவனத்திற்கு வருமானம் வந்தது. அத்துடன் நுங்கம்பாக்கம் காதர் நவாஸ்கான் சாலையில் இரண்டு கட்டிடங்களை சசி எண்டர்பிரைசஸ் வாடகைக்கு விட்டது.

தஞ்சை மாவட்டம் மகர கொம்பு என்கிற இடத்தில் விவசாய நிலத்தை லீசுக்கு விட்டது. அத்துடன் நாகம்மாள் என்கிற பெண்மணிக்கு கொடுத்த கடனை அவர் திரும்ப செலுத்தினார். அதனால் சசி எண்டர்பிரைசசுக்கு பதினாறு லட்சத்து தொண்ணூறாயிரம் வருமானமாக கிடைத்தது என ஒரு வரவு-செலவு அறிக்கையை வருமான வரித்துறைக்கு ஜெ.வின் ஆடிட்டராக இருந்த சௌந்தரவேலன் கொடுத் திருக்கிறார். அது சரி என வருமானவரித்துறையும் ஏற்றுக் கொண்டுள்ளது.

இது வருமான வரித்துறையின் நடைமுறை சட்டங்களுக்கு எதிரானது. வருமான வரித்துறை சட்டம் *229* (SS) பிரிவின்படி இருபதாயிரம் ரூபாய்க்கு மேல் ஒருவர் பணம் செலுத்தும்

போது அந்த பணத்தை வங்கிக் கணக்கு மூலம் வங்கிக் கணக்கு பதிவெண் கொண்ட காசோலை மூலமாகவோ அல்லது டி.டி. மூலமாகவோத்தான் செலுத்தவேண்டும். அதேபோல் 20,000 ரூபாய்க்கு மேல் பணத்தை வாங்குபவர்களும் காசோலை மூலமாகவோ டி.டி.மூலமாகவோ பணவரவை வைத்துக் கொள்ள வேண்டும். இப்படி நடைபெறும் பண பரிவர்த்தனைகளைத் தான் வருமானவரித்துறை ஏற்றுக் கொள்ளும் என இந்த சட்டப் பிரிவு தெளிவாக சொல்கிறது. இந்த நடைமுறையை வருமானவரித்துறை பின்பற்றுவதற்கு ஒரு காரணம் இருக்கிறது. ஊழல் போன்ற தவறான முறையில் சம்பாதிக்கப்படும் பணம் வருமானவரித்துறை கணக்கிற்குள் வந்துவிடக் கூடாது. சட்டப்படி தெரிந்த வகையில் வரும் வருமானம் என்கிற ஊழல் தடுப்புச் சட்டம் 13 (1) (E) என்கிற குற்றப் பிரிவு வரையறை படுத்தும் பணப் பரிவர்த்தனைகளை வருமான வரித்துறையும் கவனத்தில் கொள்ள வேண்டும் என்பதற்காகத்தான் காசோலை அல்லது டி.டி. என்கிற நடைமுறை கடைப்பிடிக்கப்படுகிறது.

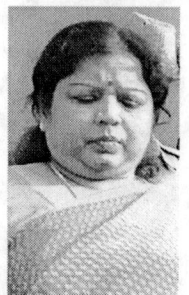

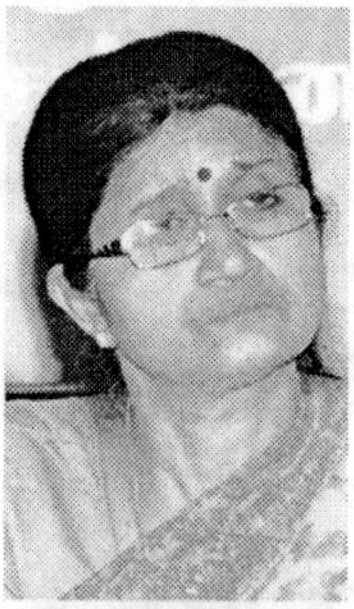

ஷீலா பாலகிருஷ்ணன்

இளவரசி

நாகம்மாள் சசி எண்டர்பிரைசஸ் நிறுவனத்திற்கு கடனை திருப்பி கொடுத்த விவகாரத்தில் மிக மோசமான நடைமுறை பின்பற்றப்பட்டுள்ளது. நாகம்மாள் காசோலை மூலமாகவோ டி.டி. மூலமாகவோ இந்தத் தொகையைத் தரவில்லை. நாகம்மாளுக்கு எப்பொழுது சசி எண்டர்பிரைசஸ் கடன் வழங்கியது. ஏன் கடன் கொடுத்தது என்கிற விவரமே இல்லை. வருமானவரித்துறையிலோ, இந்த வழக்கை விசாரிக்கும் போலீசார் முன்னிலையிலோ அவ்வளவு ஏன் இந்த வழக்கை கடந்த பதினெட்டு வருடமாக விசாரிக்கும் நீதிமன்றத்திலோ நாகம்மாள் ஆஜராகவில்லை. சசி எண்டர்பிரைசஸில் கடன் வாங்கினேன் என சொல்லவில்லை. இந்த வழக்கு பதிவு செய்வதற்கு முன்பு நாகம்மாள் பற்றி எந்த தகவலும் இல்லை. இந்த வழக்கின் குற்றப்பத்திரிகை தாக்கல் செய்யப்பட்ட பிறகு ஒரு வரவு-செலவு அறிக்கையை ஆடிட்டர் சௌந்தரவேலன் தயாரிக்கிறார். அதை வருமானவரித்துறை ஏற்றுக் கொள்கிறது. வருமான வரித்துறை ஏற்றுக் கொண்ட இந்த பண பரிவர்த்தனை, சட்டப்படி ஏற்கத் தக்கது அல்ல. நாகம்மாள்

கடனை திருப்பி செலுத்தியதாக சொல்லப்படும் பதினாறு லட்சத்து தொண்ணூறாயிரம் ரூபாய் ஊழல் தடுப்புச் சட்டம் 13 (1) (E)-ன் படி ஊழல் பணம் தான் என நான் முடிவுக்கு வருகிறேன்.

இப்படி ஜெ., ஊழல் மூலம் சம்பாதித்த பணத்தை சசிகலா, சுதாகரன், இளவரசி ஆகியோர் நாகம்மாள் கடனாகக் கொடுத்தார் என்பது போன்ற பெயரில் ஒரு வங்கிக் கணக்கிலிருந்து மற்றொரு வங்கிக் கணக்குக்கு மாற்றினர். ஜெ.வின் ஊழல் பணத்தில் பல்வேறு கம்பெனிகளின் பெயரில் சொத்துக்களை வாங்கிக் குவித்தனர். இந்தச் செயலுக்கு சட்டப்படி உள்ள பெயர் பண பரிவர்த்தனை மோசடி. இந்த மோசடி மூலம் ஊழல் பணத்தை நல்ல பணமாக்க ஜெ.வுடன் இணைந்து சசிகலா, சுதாகரன், இளவரசி ஆகியோர் முயன்றார்கள்.

ஜெ., சசிகலா, இளவரசி, சுதாகரன் ஆகிய நான்குபேர் மட்டும்தான் ஊழல் செய்தார்களா? அவர்களின் ஊழலுக்கு அதிகாரிகள் யாரும் துணை போகவில்லையா? துணை போன அதிகாரிகளுக்கு ஏன் தண்டனை தரவில்லை?

நீதிபதி ஜான் மைக்கேல் டி குன்ஹா: ஜெ.வின் செயலாளராக இருந்த ஐ.ஏ.எஸ். அதிகாரி ஜவஹர் பாபுதான் வளர்ப்பு மகன் திருமணத்தை முன்னின்று நடத்தியவர்.

91-96-ல் பணியாளர் மற்றும் நிர்வாக சீர்திருத்தத்துறை செயலராக இருந்த ஷீலா பாலகிருஷ்ணன், ராம்ராஜ் அக்ரோ மில்ஸ் நிறுவன இயக்குநர்களாக சுதாகரனும் இளவரசியும் பொறுப்பேற்க உதவி செய்துள்ளார். அதை சாட்சியமாக கோர்ட்டில் தெரிவித்துள்ளார். ஷீலா பாலகிருஷ்ணனை போல பல கம்பெனிகளை போயஸ் கார்டன் முகவரியிலேயே தொடங்க மாநிலத் தேர்தல் கமிஷனர் சோ அய்யர் உதவி செய்துள்ளார். இதுதவிர பத்திரப்பதிவு அதிகாரிகள், வணிகவரித்துறை அதிகாரிகள், வருவாய்த்துறை ஊழியர்கள் என ஒரு நிர்வாக எந்திரமே குற்றவாளிகளுக்கு ஆதரவாக செயல்பட்டுள்ளது. மத்திய அரசின் வருமான வரித்துறையும் குற்றவாளிகளால் தவறாக உபயோகப்படுத்தப்பட்டுள்ளது. குற்றவாளி முதல்வராக இருந்த காரணத்தால் குறுகிய காலகட்டத்தில் 66 கோடி ரூபாய் வருமானத்திற்கு அதிகமாக தனது அதிகாரத்தை, அரசியல் செல்வாக்கை பயன்படுத்தி சொத்து சேர்த்தார். அதற்காக அதிகாரிகளை குற்றவாளி

உபயோகப்படுத்தியிருக்கிறார். இந்த ஊழலில் ஜெ.வின் உத்தரவுக்கு அடிபணிந்த அதிகாரிகள் பலரும் ஜெ.வுக்கு எதிரான சாட்சியாக மாறி நடந்த விவகாரங்களில் குற்றவாளிகள் தரப்பு எப்படி அதிகாரத்தை தவறாகப் பயன்படுத்தி சொத்து சேர்த்தார்கள் என விளக்கிக் கூறியதால் அதிகாரிகளுக்குத் தண்டனை வழங்கப்படவில்லை. எனவே குற்றவாளிக்கு ஊழல் தடுப்புச் சட்டத்தின் கீழ் தண்டனை வழங்கப்படுகிறது.

ஜெ., சசி, சுதாகரன் ஆகியோர் பற்றி பத்திரிகைகள் நிறைய எழுதியுள்ளன. கணவர் ஜெயராமனை இழந்த பெண்ணான இளவரசி என்ன குற்றம் செய்தார்?

நீதிபதி ஜான் மைக்கேல் டி குன்ஹா: கணவர் மின்சார விபத்தில் இறந்தபிறகு போயஸ் கார்டனுக்கு வந்த இளவரசிக்கு அரசு ஊழியராக இருந்த கணவரின் மறைவுக்குப் பிறகு அரசு கொடுத்த சலுகைகள்தான் வருமானமாக இருந்தது. போயஸ் கார்டனுக்கு வந்தபோது மொபெட் கூட அவரது பெயரில் இல்லை. அவரை இந்த நீதிமன்றம் கேள்வி கேட்டபோது, ஜெ.வின் உதவியில்லாமல் அவரால் கோடிக்கணக்கான சொத்துக்களை வாங்கியிருக்க முடியாது என அவரே இந்த நீதிமன்றத்தில் ஒப்புக்கொண்டுள்ளார். எனவே ஊழல் பணத்தை பயன்படுத்தி சொத்துக் குவிக்கும் செயலில் இளவரசியும் குற்றவாளியே.

தங்கம்... வைரம்... மரகதம்... மாணிக்க கற்கள்!

ஜெ.வுடன் சசிகலா, சுதாகரன், இளவரசி ஆகியோர் மட்டுமே தண்டிக்கப்பட்டுள்ளனர். சசிகலா தம்பி திவாகரன், டி.டி.வி.தினகரன், பாஸ்கரன், சசிகலா கணவர் நடராஜன் ஆகியோர் சொத்து சேர்த்தார்கள் என பெரிதாக 91-96 காலகட்டத்தில் பேசப்பட்டது. அவர்கள் ஏன் தண்டிக்கப்படவில்லை?

நீதிபதி ஜான் மைக்கேல் டி குன்ஹா: டி.டி.வி.தினகரன், சசிகலாவின் தம்பியான திவாகரன் ஆகியோர்தான் 36, போயஸ் கார்டன் முகவரியில் ஆரம்பிக்கப்பட்ட முதல் கம்பெனியான ஜெயா பப்ளிகேஷனில் ஜெ.-சசி ஆகியோருடன் சேர்ந்து பார்ட்னர்களாக முதன்முதலில் இருந்தவர்கள். 1990-91ம் ஆண்டில் திவாகரன், தினகரன் ஆகியோர் கழற்றி விடப்பட்டு அப்பொழுது கல்லூரி மாணவராக இருந்த சுதாகரனும், கணவனை விபத்தில் பறிகொடுத்துவிட்டு போயஸ் கார்டனுக்கு வந்த இளவரசியும் ஜெயா பப்ளிகேஷனின் பார்ட்னர்களானார்கள். டி.டி.வி.தினகரன் மீது இந்த சொத்துக்குவிப்பு வழக்குடன் இணைத்து விசாரிக்கப்பட்ட லண்டன் ஒட்டல் வழக்கு இருந்தது. லண்டன் ஒட்டல் வழக்கு தனியாக பிரித்து இந்த சொத்துக் குவிப்பு வழக்கை விசாரிக்கும் வரை டி.டி.வி.தினகரன் குற்றவாளி எண்.5 ஆகத்தான் இருந்தார்.

கங்கைஅமரன் உட்பட பலரிடம் சொத்து வாங்கி சேர்ப்பதற்கு பாஸ்கரன் உதவியாக செயல்பட்டார். ஆனால் அவர் பெயரில் உள்ள எந்த சொத்தும் இந்த வழக்கில் சேர்க்கப்படவில்லை. சசிகலாவின் கணவர் நடராஜன், ஜெ.வுக்கு போயஸ் கார்டனில் கூடுதல் நிலம் வாங்க உதவி செய்தார். சுதாகரனின் திருமணத்தின்போது ஜெ.வுக்கும் சசிக்கும் உதவியாக செயல்பட்டிருக்கிறார். அவர் மீது குற்றம் எதையும் அரசு தரப்பு பெரிதாக சுமத்தவில்லை. இந்த வழக்கில் குற்றம் சாட்டப்பட்டுள்ள நால்வரை தவிர இளவரசியின் மகன் விவேக் பெயரில் காஞ்சிபுரம் மாவட்டம் சிறுதாவூர் அருகில் உள்ள

கருங்குழி பள்ளம் என்ற இடத்தில் சுமார் 17 ஏக்கர் நிலம் பதிவாகியுள்ளது. அந்த சொத்தை குழந்தையான விவேக் பெயரில் பதிவு செய்தது இளவரசி என்பதால் விவேக்கை இந்த வழக்கில் சேர்க்கவில்லை.

ஒரு தொழிற்சாலை அல்லது கம்பெனி என்பது ஒரு தனிப்பட்ட நபரால் நடத்தப்படுவதில்லை. அதன் ஷேர்களில் முதலீடு செய்திருக்கும் அனைவருக்கும் அந்த கம்பெனியின் லாப நஷ்ட கணக்கில் பங்குண்டு. ஜெ., சசி, சுதாகரன், இளவரசி ஆகியோர் இயக்குநர்களாக இருந்த கம்பெனிகளில் இவர்களைத் தவிர பலரும் முதலீடு செய்திருக்கிறார்கள். பொது சொத்தாக உள்ள கம்பெனிகளை அதன் இயக்குநர்களாக இருந்த குற்றவாளிகள் ஊழல் பணத்தில் சேர்த்த சொத்து என முடிவுக்கு வருவது தவறு அல்லவா?

நீதிபதி ஜான் மைக்கேல் டி குன்ஹா: பலர் முதலீடு செய்திருக்கும் பொதுச் சொத்தான கம்பெனியை ஒரு தனி நபரின் சொத்தாக அறிவிக்கக் கூடாது என ஜெ.வின் வழக்கறிஞர் பி.குமார் வாதம் செய்தார். அப்படி பொதுச் சொத்தாக கம்பெனி இயங்குகிறது என்பதற்கு அதன் பெயர் தாங்கிய முத்திரை அவசியமானது. அதுதான் அந்த கம்பெனி யின் அதிகார பூர்வமான கையெழுத்து. சொத்துக்குவிப்பு வழக்கில் சேர்க்கப்பட்ட எந்த கம்பெனிக்கும் அதன் பெயர்கள் தாங்கிய முத்திரையே எந்த ஆவணத்திலும் பொறிக்கப் படவில்லை. இந்த கம்பெனிகளை வாங்கியதற்காக பதிவு செய்யப்பட்ட பத்திரங்களில் அந்த கம்பெனி எங்கு இயங்கு கிறது என்கிற சுய விலாசமே இல்லை. இவை முதல்வராக இருந்த ஜெ.வின் ஆணைப்படி ஜெ.வுக்காக தொடங்கப்பட்ட கம்பெனிகள் என்பதால் இதை பதிவு செய்யும் பதிவுத்துறை அதிகாரி ஜெ.வின் மற்ற சொத்துக்களை வாங்குபவரின் பெயரை எழுதாமல் பதிவு செய்தது போல் இந்த கம்பெனிகளையும் பதிவு செய்துள்ளார். ஒரு கம்பெனி இயங்குகிறது என்றால் அதன் முதலீட்டாளர்களாக இருக்கும் பொதுமக்கள் பங்கேற்கும் முதலீட்டாளர்கள் கூட்டத்தை ஆண்டுதோறும் நடத்த வேண்டும். அதில் வரவு-செலவு திட்டங்களை சமர்ப்பிக்க வேண்டும். குற்றவாளிகள் இயக்குநர்களாக இருந்து நடத்திய கம்பெனிகள் எதுவும் முதலீட்டாளர்கள் கூட்டத்தை நடத்தவில்லை.

முதலீட்டாளர்களுக்கு மட்டுமல்ல, வருமானவரித்துறைக்கும் எவ்வளவு லாபம் எவ்வளவு நஷ்டம் என கணக்கு காட்டவில்லை. இந்த கம்பெனிகள் அனைத்தும் ஜெ.வின் ஊழல் பணத்தால் மற்ற குற்றவாளிகளின் பெயரில் வாங்கப்பட்டவை. அதன் முக்கிய நோக்கமே ஜெ.வின் ஊழல் பணத்தை பயன்படுத்தி வாங்கப்பட்ட சுமார் 3,000 ஏக்கர் நிலத்தை இந்த கம்பெனிகள் பெயரில் மறைத்து வைக்கவே இந்தக் கம்பெனிகள் இயங்கின. இந்த கம்பெனிகளில் பொதுமக்கள் பணம் போட்டிருந்தால் 1997-ம் ஆண்டு சொத்துக் குவிப்பு வழக்கில் இந்த கம்பெனிகளின் இயக்கம் முடக்கப்பட்ட போதே நீதிமன்றத்தில் வழக்கு போட்டிருப்பார்கள். 1999-ம் ஆண்டுதான் இது தொடர்பாக ஒரு வழக்கு போடப்பட்டது. இரண்டு ஆண்டுகள் தான் உழைத்து சம்பாதித்த பணம் வீணாவதை பொதுமக்கள் யாரேனும் விரும்புவார்களா?

தினகரன்

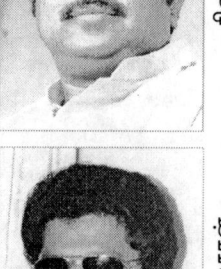

பாஸ்கரன்

திவாகரன்

நடராஜன்

எனவே சொத்துக்குவிப்பு வழக்கில் இணைக்கப்பட்ட கம்பெனிகள் அனைத்தும் குற்றவாளிகளின் ஊழல் பணத்தை மறைக்க செய்ய ஏற்படுத்தப்பட்ட நாடகமே என நான் முடிவு செய்கிறேன். இந்த கம்பெனிகளுக்காக ஜெ. நேரடியாக தனது காசோலைகள் மூலம் பணம் கொடுத்துள்ளார். இந்தக் கம்பெனிகளுக்காக வங்கிகளில் கடன் வாங்க உதவி செய்துள்ளார். எனவே ஜெ. உத்தரவின் பெயரில்தான் இந்த கம்பெனிகள் உருவாக்கப்பட்டன. ஊழல் பணத்தை மறைக்க இவை பயன்படுத்தப்பட்டன. இதில் ஜெ.வுக்கு எதுவும் தெரியாது என்கிற அவரது வழக்கறிஞரின் வாதத்தை வருமான வரித்துறையிடம் முதலில் வைத்தனர். அவர்கள் அதை நிராகரித்தனர். ஜெ.வுக்கும் இந்த கம்பெனிகளுக்கும் எந்தத் தொடர்பும் இல்லை என்பதை ஏற்க முடியாது.

நீதிபதி குன்ஹா பதில்கள் 39

ஜெ. வீட்டில் கைப்பற்றப்பட்ட புடவைகள், செருப்புகள் இவையும் வருமானத்துக்கு அதிக மான சொத்துக்களா?

நீதிபதி ஜான் மைக்கேல் டி குன்ஹா: புடவைகள், செருப்புகள், வாட்ச்சுகள், நகைகள் என எதுவாக இருந்தாலும் சட்டப்படி தெரிந்த வகையில் வந்த வருமானத்தில் சேர்க்கப் பட்ட சொத்துக்கள் என குற்றவாளிகள் தரப்பு நிரூபிக்க தவறினால் அவை வருமானத்துக்கு அதிகமான சொத்துக் கள்தான். ஜெ. வீட்டில் கைப்பற்றப்பட்ட ஆயிரக்கணக்கான சேலைகள் மற்றும் செருப்புகள் பற்றி தெளிவான வரையறையை அரசுத் தரப்பால் அளிக்க முடியவில்லை என்பதால் அவற்றை நான் வருமானத்துக்கு அதிகமான சொத்தாக கணக்கில் எடுக்கவில்லை. அதேசமயம், ஜெ. வீட்டில் கைப்பற்றப்பட்ட வாட்ச்சுகள் மிகவும் விலை மதிப்புள்ளது. அந்த வாட்ச்சுகளை பற்றி ஜெ. தனது சொத்துக்கணக்கில் காட்டவில்லை. அதில் ஒரு வாட்ச் ரோலக்ஸ் கம்பெனி தயாரித்தது. தங்கத்தால் தயாரிக்கப்பட்ட அந்த வாட்ச்சில் 40 வைரங்கள் பதிக்கப்பட்டிருந்தன. கைப்பற்றப்பட்ட நகைகளும் விலை மதிப்புள்ளதாக இருந்தது.

ஒரு ஜோடி வளையலில் அதிகபட்சமாக 306 வைரம் இடம் பெற்றிருந்தது. ஒரு தங்க ப்ரேஸ்லெட்டில் 105 வைரங்கள் பதிக்கப்பட்டிருந்தன. தங்க நெக்லஸ் ஒன்றில் மாங்காய் டாலர் இணைக்கப்பட்டிருந்தது. அதில் 1090 வைர கற்களும், 73 மாணிக்க கற்களும் இடம் பெற்றிருந்தன. ஒரு மயில் வடிவத்தில் செய்த மோதிரத்தில் 98 மாணிக்கக் கற்களும், 25 மரகத கற்களும், 2 மிக உயர்ந்த வைரமும் காணப்பட்டது. ஜெ. அணிந்த தங்க ஒட்டியாணத்தில் 2389 வைர கற்கள், 18 மாணிக்க கற்கள், 9 மரகத கற்கள் இருந்தன. அதன் மொத்த எடை 1044 கிராம்கள் என மதிப்பிடப்பட்டது. ஒரு தங்க செயினில் வெங்கடாஜலபதி டாலருடன் 35 வைரம், 11 மரகதம், 15 மாணிக்க கற்கள் பதிக்கப்பட்டிருந்தன.

ஒன்றரை கிலோ எடையுள்ள தங்க தட்டு, முன்னாள் அமைச்சர் ஜெயக்குமார் கொடுத்த தங்கப் படகு, நாகூர் மீரான் கொடுத்த தங்க ஷீல்டு, வி.பி.ஆர். ரமேஷ் கொடுத்த தங்க ஷீல்டு, 64 வைரங்கள், 4 மாணிக்கம், 4 மரகதம் என கற்கள் பதித்த ப்ரேஸ்லெட், 8 வைரக் கற்கள் பதித்த வைர மூக்குத்தி. 14 வைர கற்கள் பொருத்திய கம்மல், பணம் எடுத்துச் செல்ல பயன்படுத்திய ஐந்து சூட்கேஸ்கள், குற்றவாளிகள்

பயன்படுத்திய சொகுசு பஸ் ஆகியவற்றைப் போயஸ் கார்டன் வீட்டிலிருந்து லஞ்ச ஒழிப்புத் துறையினர் கைப்பற்றினர்.

இதில் வாட்ச்சுகளுக்கு ஜெ.வால் உரிய பதிலை சொல்ல முடியவில்லை. வாட்ச்சுகளின் மதிப்பான 15 லட்சத்து 90 ஆயிரத்து 350 ரூபாயை அதிகமான சொத்தாக கணக்கிலெடுக்கிறேன். அதேபோல் ஜெ.வால் கணக்கு காட்ட முடியாத தங்க, வைர நகைகளின் மதிப்பான 2 கோடியே 51 லட்சத்து 59 ஆயிரம் ரூபாயை வருமானத்துக்கு அதிகமான சொத்தாக கணக்கிடுகிறேன்.

தீர்ப்பில் டெக்னிக்கல் வீக்?

சமீபகால தமிழக வரலாற்றில் நீதிபதி ஜான் மைக்கேல் டி குன்ஹா அளித்த தீர்ப்பு போல அதிக விவாதத்தை வேறெந்த தீர்ப்பும் ஏற்படுத்தியதில்லை. சட்டம், அரசியல், பொருளாதாரம் என அனைத்து விஷயங்களிலும் ஒரு பார்வையைக் கொண்ட இந்த தீர்ப்பைப் பற்றி பல சந்தேகங்கள்

பொதுமக்கள் மத்தியில் எழுப்பிக்கொண்டேயிருக்கிறது.

“நான் முதலமைச்சராக இருந்தபொழுது ஒரே ஒரு நிலத்தைத்தான் வாங்கினேன். அதுதான் 31-ஏ போயஸ் கார்டன். அதில் நான் ஒரு கட்டிடம் கட்டினேன். என்னுடைய பழைய போயஸ் கார்டன் வீட்டைப் புதுப்பித்தேன். ஐதராபாத் திராட்சைத் தோட்டத்தையும் புதுப்பித்து புதிய கட்டிடங்களைக் கட்டினேன். அதை நான் வருமானவரித்துறையிடம் சொன்னேன். அவர்கள் அதை அலசி ஆராய்ந்து உண்மை என ஒத்துக்கொண்டு அதற்குரிய வரி செலுத்தச் சொன்னார்கள்’’ என ஜெ. கோர்ட்டில் வாக்குமூலம் அளித்துள்ளார். ஜெ.வே நேரடியாக வருமானத்துக்கு அதிகமாக எவ்வளவு தொகை செலவு செய்தார்?

நீதிபதி ஜான் மைக்கேல் டி குன்ஹா : முதல்வராக பதவியேற்கும்போது ஜெ.வுக்கு 2 கோடியே ஒரு லட்சத்து 83 ஆயிரத்து 956 ரூபாய் மதிப்பிடும் சொத்து இருந்தது. 91-96 காலகட்டத்தில் தேசியமயமாக்கப்பட்ட வங்கிகளிலிருந்து பெறப்பட்ட கடன், அந்த வங்கிகளிலில் போடப்பட்ட ஃபிக்ஸட் டெபாசிட்களிலிருந்து கிடைத்த வட்டி, ஸ்ரீராம் நிறுவனத்தில் வைக்கப்பட்டிருந்த ஃபிக்ஸட் டெபாசிட்களிலிருந்து வட்டி, ஐதராபாத் திராட்சைத் தோட்டத்திலிருந்து கிடைத்த வருமானம், இத்துடன் முதல்வராக 27 மாதங்கள் அவர் பெற்ற சம்பளமான 27 ரூபாயையும் சேர்த்து 3 கோடியே 50 லட்சத்து 47 ஆயிரத்து 340 ரூபாய் வருமானமாக கிடைத்தது.

செலவுகளாக ஜெ. பல்வேறு மோட்டார் வாகனங்களை வாங்குவதற்கும், பர்கூரில் தங்கி பணியாற்ற ஒரு வாடகை வீட்டுக்கு அட்வான்ஸ் தொகை செலுத்தியது, நகைக் கடைகளுக்கு, இனிப்பகங்களுக்கு, விளம்பர நிறுவனங்களுக்கு போயஸ் கார்டனில் நிலம் வாங்குவதற்கு... என பலவற்றிற்கு ஜெ. நேரடியாக செக் கொடுத்து செலவு செய்துள்ளார். வழக்கறிஞர் ராம்ஜெத்மலானிக்கு மட்டுமே3 லட்ச ரூபாய் செக்கை தனது பெயரில் கொடுத்துள்ளார். வங்கியிலிருந்து நேரடியாக 15 லட்ச ரூபாயை அவரே கையெழுத்துப் போட்டு

எடுத்து செலவு செய்திருக்கிறார்.

இப்படி அவர் நேரடியாக செலவு செய்த தொகை, வளர்ப்பு மகன் திருமணச் செலவுகளோடு சேர்த்தால் 8 கோடியே 92 லட்சத்து 69 ஆயிரத்து 808 ரூபாய் வருகிறது. அவர் முதல்வர் ஆவதற்கு முன்பு வைத்திருந்த 2 கோடி ரூபாய், அவருக்கு வந்த வருமானம் மூன்றரை கோடி என இருப்பு, வரவு என மொத்தம் ஐந்தரை கோடி ரூபாய் இருக்க... செலவு அதைவிட மூன்றரை கோடி ரூபாய் அதிகமாக 9 கோடியை நெருங்குகிறது என அரசுத் தரப்பு வழக்கில் சொல்கிறது.

சசிகலாவும் ஜெ.வும் பார்ட்னர்களாக இருக்கும் ஜெயா பப்ளிகேஷன் சார்பாக கணக்கு வழக்குகளைப் பார்க்கும் அதிகாரத்தை ஜெ., சசிக்கு அளிக்கிறார். அதனடிப்படையில் கனரா வங்கி மயிலாப்பூர் கிளையில் சசிகலா 23218 என்கிற எண்ணில் 1991-ஆம் ஆண்டு கணக்கை ஆரம்பித்தார். அதில் லட்சக்கணக்கான ரூபாய் பல்வேறு சொத்துக்களை வாங்க அளிக்கப்படுகிறது. அதே வங்கியில் 2146 என்கிற எண்ணுடைய கணக்கை சசிகலாவும் ஜெ.வும் இயக்குநர்களாக உள்ள ஜெயா பப்ளிகேஷனுக்காக சசி எண்டர்பிரைசஸ் நிறுவனம் 1994-ஆம் ஆண்டு ஆரம்பிக்கிறது. அதிலும் லட்சக்கணக்கில் பணம் கொட்டப்படுகிறது.

அதேபோல் சுதாகரன் பெயரிலான அக்கவுண்ட்டிலும், இளவரசி பெயரிலான கணக்குகளிலும் லட்சக்கணக்கில் பணம் புழங்குகிறது. இந்தப் பணம்தான் ஜெ.வின் போயஸ் கார்டனையும், ஹைதராபாத் திராட்சைத் தோட்டத்தையும் புதுப்பிப்பதற்கும் மற்றும் புதிய இடங்களில் வாங்கிய நிலங்களில் கட்டிடம் கட்டவும் உபயோகப்படுத்தப்படுகிறது. இவை ஜெ.வின் கட்டளையின் பேரில் நேரடியாக செய்யப்பட்ட செலவுகள். இதில் கட்டிடங்கள் கட்டுவதற்கு மட்டும் 22 கோடியே 53 லட்சத்து 92 ஆயிரத்து 344 ரூபாய் செல விடப்பட்டுள்ளது என நான் கணக்கிடுகிறேன்.

'பில்டிங் ஸ்ட்ராங் பேஸ்மெண்ட் வீக்' என வடிவேலு படத்தில் வரும் காமெடி போல, ஜெ.வின் வருமானம் குறித்த விஷயங்களில் வலுவாக உள்ள தீர்ப்பு, டெக்னிக்கல் விஷயங்களான கவர்னரின் அனுமதி, சட்டபூர்வமான விசாரணை நடை முறைகள் போன்றவற்றில் வீக்காக உள்ளதாமே?

நீதிபதி ஜான் மைக்கேல் டி குன்ஹா : கவர்னர் சென்னாரெட்டி, வழக்குத் தொடர அனுமதி அளித்தது தவறு

என 1997-ஆம் ஆண்டே இந்த நீதிமன்றத்தில் ஜெயலலிதா மனு தாக்கல் செய்தார். அப்போதிருந்த நீதிபதி, 'கவர்னர் வழக்குத் தொடர அனுமதியளித்ததில் தவறு இல்லை' என தீர்ப்பளித்தார். அதை எதிர்த்து 1997-ஆம் ஆண்டே சென்னை உயர்நீதிமன்றத்தில் வழக்குத் தொடர்ந்தார். அதில் தீர்ப்பு வழங்கிய உயர்நீதிமன்றம், ஜெ.வுக்கு எதிராக திரட்டப்பட்ட ஆதாரங்களைக் கவனமாக பரிசீலித்த பிறகே கவர்னர் வழக்குத் தொடர அனுமதியளித்தார் என தெளிவாகத் தீர்ப்பளித்தது. 2013-ஆம் ஆண்டு சுப்ரீம் கோர்ட் இந்த விவகாரத்தில் தீர்ப்பு ஒன்றை வழங்கியுள்ளது. ஊழலில் ஈடுபடும் அமைச்சர்கள் மற்றும் முதலமைச்சர் மீது வழக்குத் தொடர அனுமதியளிப்பது கவர்னரின் தனிப்பட்ட உரிமை என அந்தத் தீர்ப்பில் கூறப்பட்டுள்ளது. எனவே ஜெ. மீது வழக்குத் தொடர கவர்னர் அளித்த அனுமதி சட்டப்படி செல்லத்தக்கதுதான் என நான் உறுதி கூறுகிறேன்.

சென்னாரெட்டி

நல்லம்ம நாயுடு

அடுத்து இந்த வழக்கை விசாரிக்க லஞ்ச ஒழிப்புத்துறையின் துணை சூப்பிரெண்டெண்ட்டான நல்லம்ம நாயுடுவுக்கு அதிகாரமில்லை என ஒரு வாதத்தை டெக்னிக்கலாக குற்றவாளிகள் தரப்பு முன்வைக்கிறது. நல்லம்ம நாயுடுவுக்கு இந்த வழக்கை விசாரிப்பதற்கான அதிகாரத்தை அப்பொழுது லஞ்ச ஒழிப்புத்துறை அதிகாரியாக இருந்த வி.சி.பெருமாள் 18-09-1996 அன்று அளிக்கிறார். அது சான்றாவணம் 2308, 2309 என இந்த நீதிமன்றத்தில் சமர்ப்பிக்கப்பட்டுள்ளது. இந்த ஆவணங்களை போர்ஜரியாக நல்லம்மநாயுடுவே தயாரித்திருக்க முடியாது. ஏனென்றால் இந்த ஆவணங்களை, இந்த வழக்கு விசாரணையை மேற்பார்வையிடும் பொறுப்பை வகித்த சென்னை பெருநகர முதன்மை நீதிபதியின் பார்வைக்கும் 1996-ஆம் ஆண்டே அனுப்பி வைக்கப்பட்டுள்ளது.

மூன்றாவதாக 'இந்த வழக்கில் விசாரிக்கப்பட்ட சாட்சிகள் மற்றும் கைப்பற்றப்பட்ட ஆவணங்கள் முறையாக வழக்கில் சேர்க்கவில்லை' என குற்றவாளிகள் தரப்பு வழக்கறிஞர்கள் வாதம் செய்கிறார்கள். விசாரிக்கப்படும் சாட்சியங்களையும்,

ஆவணங்கள் அனைத்தையும் வழக்கில் சேர்க்க வேண்டிய அவசியமில்லை. குற்றங்களை நிரூபிக்க எத்தனை சாட்சியங்கள் தேவையோ, எப்படிப்பட்ட காரணங்கள் தேவையோ அதை மட்டும் சேர்த்தால் போதுமானது. இந்த வழக்கு நீதிமன்றத்தின் உத்தரவின் பேரில் தொடங்கப்பட்ட வழக்கு. அதில் விசாரிக்கப் பட்ட சாட்சிகள், ஆவணங்கள் ஆகியவை நீதிமன்றத்தில் சமர்ப்பிக்கப்படுகிறது. நீதிமன்றத்தின் உத்தரவின் பேரில்தான் வழக்குப் பதிவு செய்யப்பட்டு எஃப்.ஐ.ஆர். போடப்பட்டது. அதனால்தான் சுப்ரீம்கோர்ட்டுக்குப் போய் குற்றவாளிகள், வழக்கில் சேர்க்கப்படாத ஆவணங்களைப் பார்க்கும் அனுமதியைப் பெற்றார்கள்.

முதலமைச்சராக இருந்த ஜெயலலிதாவை ஊழல் தடுப்புச் சட்டத்தின் கீழ் தண்டிக்க முடியும். பொதுஊழியராக இல்லாத சசிகலா, சுதாகரன், இளவரசி ஆகியோரை ஊழல் தடுப்புச் சட்டத்தின் கீழ் தண்டிப்பது சரியா?

நீதிபதி ஜான் மைக்கேல் டி குன்ஹா : சசிகலா, சுதாகரன், இளவரசி ஆகியோர் பொது ஊழியர்கள் அல்ல. அவர்கள் செய்த நடவடிக்கைகள் ஊழல் தடுப்புச் சட்டத்தின் கீழ் வராது. சசிகலா, சுதாகரன், இளவரசி ஆகிய மூவரும் செய்த தவறுகள் எனக்குத் தெரியாது. நடந்த தவறுகளை எனது அரசியல் எதிரிகள் என்மீது குற்றம் சுமத்தி வழக்குப் போட்டு அரசியல் ரீதியாக பழி வாங்கினார்கள் என ஜெ.வுக்காக அவரது வழக்கறிஞர் வாதாடினார். ஜெ. சார்பாக வருமானவரித் துறையினர் சமர்ப்பிக்கப்பட்ட கணக்குகளில் ஒரு கோடி ரூபாயை சசி எண்டர்பிரைசஸ் நிறுவனத்திற்காக, தான் கொடுத்ததாக ஏற்றுக்கொண்டிருக்கிறார். சசிகலா, சுதாகரன், இளவரசி பெயரில் ஜெ. செக்மூலம் பணம் கொடுத்துள்ளார். சசிகலா, சுதாகரன், இளவரசி ஆகியோர் இயக்குநர்களாகப் பொறுப்பேற்று நடத்திய கம்பெனிகளுக்கு கடன் வழங்க ஜெ. விண்ணப்பித்துள்ளார். எனவே மற்ற மூன்றுபேரின் நடவடிக் கைகளுக்கும் ஜெ.வுக்கும் எந்தத் தொடர்புமில்லை என்பதை ஏற்க முடியாது. ஜெ. உட்பட நால்வரும் சேர்ந்து ஜெ. ஊழல் செய்து சம்பாதித்த பணத்தை 32 கம்பெனிகளின் பெயரில் சொத்துக்களை வாங்கி பணப் பரிவர்த்தனை மோசடியில் ஈடுபட்டிருக்கிறார்கள் என்பது தெளிவாக சந்தேகத்துக்கு இடமில்லாமல் நிரூபணம் ஆகிறது. எனவே நான்கு பேருக்கும் ஊழல் தடுப்புச் சட்டத்தின் கீழ் தண்டனை வழங்குகிறேன்.

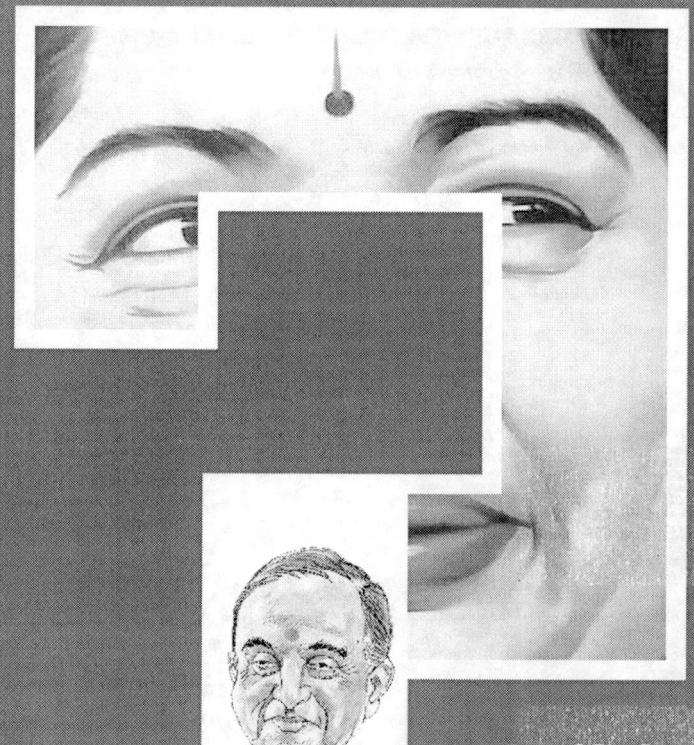

தீர்ப்பில் மாஜி தி.மு.க. அமைச்சர்!

ஒரு நீதிபதி அளிக்கும் தீர்ப்பு என்பது அதன் சட்ட நுணுக்கங்களை ஆராயும் சட்ட வல்லுநர்களுக்குத் தான் தெளிவாகப் புரியும். ஆனால் நீதிபதி ஜான் மைக்கேல் டி குன்ஹா, ஜெ.வுக்கு எதிரான சொத்துக் குவிப்பு வழக்கில் அளித்துள்ள தீர்ப்பும் அதில் அவர் முன்வைத்த வாதங்களும் பாமர மக்களும் புரிந்துகொள்ளும் வகையில்... மிகத்தெளிவாக 91-96 காலகட்டத்தில் ஜெ.வும் அவரது உடன்பிறவா

சகோதரி சசிகலாவும் மற்றவர்களும் செய்த ஊழல்களை எடுத்துச் சொல்கிறது. உயர்ந்த ஆங்கில நடையில் எழுதப்பட்ட இந்தத் தீர்ப்பை நக்கீரன், பாமர மக்களும் புரிந்துகொள்ளும் வகையில் கேள்வி-பதில் பாணியில் தமிழில் தருகிறது.

66 கோடி ரூபாய் வருமானத்துக்கு அதிகமாகச் சொத்து வாங்கியதாகத்தானே வழக்கு. அதற்கு அபராதம் 100 கோடியா?

நீதிபதி ஜான் மைக்கேல் டி குன்ஹா : அதிகாரமும் பணமும் ஒன்று சேர்ந்தால் என்ன நடக்கும் என்பதுதான் இந்த வழக்கின் அடிநாதம். ஜனநாயகத்தின் அடிப்படை கட்டுமானங்களை ஆட்டம் காணச்செய்யும் வகையில் கோடிக்கணக்கான ரூபாய் பெறுமானமுள்ள மிகப்பெரிய சொத்துக்களை ஐந்து வருட காலகட்டத்திற்குள் ஜெ. சேர்த்தது அதிகாரமும் பணமும் ஒன்று சேர்ந்தால் என்ன ஆகும் என்பதற்கு மிகச்சிறந்த உதாரணம்.

91-96 காலகட்டத்தில் 900 ஏக்கர் விவசாய நிலத்தை ஏக்கர் பத்தாயிரம் ரூபாய் என ஏழரை கோடிக்கு வாங்கியிருக்கிறார்கள். அந்த ரேட்டில் வாங்கினால் ஒரு கிராமத்தையே 53 கோடி ரூபாய்க்கு வாங்கிவிட முடியும். குற்றவாளிகள் குவித்த சொத்துக்களை இந்த பின்னணியில்தான் நாம் பார்க்கவேண்டும். குற்றவாளிகள் தங்களது பெயரிலும் அவர்கள் இயக்குநர்களாக உள்ள கம்பெனிகள் சார்பிலும் மொத்தம் 3000 ஏக்கர் நிலத்தை வாங்கிக் குவித்துள்ளனர். 91-96 காலகட்டத்தில் வாங்கப்பட்ட இந்த நிலங்களின் தற்போதைய மார்க்கெட் மதிப்பை உங்களது கற்பனைக்கே நான் விட்டுவிடுகிறேன்.

இந்த வழக்கில் முதல் குற்றவாளியான ஜெ.வுக்கு ஊழல் தடுப்புச் சட்டம் 13 (1) (E), 13(2)D அடிப்படையில் 4 வருடம் சாதாரண சிறைத்தண்டனையும் 100 கோடி ரூபாய் அபராதமும் விதிக்கிறேன். 100 கோடி அபராதத்தைக் கட்டாவிட்டால் மேலும் ஒருவருடம் தண்டனையையும் சேர்த்து அனுபவிக்க வேண்டும். இந்த அபராதத் தொகையை வசூலிக்க குற்றவாளிகள் பெயரிலுள்ள வங்கிக் கணக்கில் உள்ள மிச்ச தொகை மற்றும் நிரந்தர வைப்பு நிதியிலுள்ள தொகைகளை பயன்படுத்திக்கொள்ள உத்தரவிடுகிறேன். அத்துடன் ஜெ.விடமிருந்து கைப்பற்றப்பட்ட வருமானத்துக்கு அதிகமான தங்கம் மற்றும் வைர நகைகளை பொதுஏலத்தின் மூலம் ரிசர்வ் வங்கி மற்றும் பாரத ஸ்டேட் வங்கிக்கு விற்கலாம், அதன்மூலம் அபராதத் தொகையை வசூல் செய்ய உத்தரவிடுகிறேன்.

தமிழகத்திலிருந்து பெங்களூருக்கு வழக்கை மாற்றியது அரசியல் பழிவாங்கல்தானே?

நீதிபதி ஜான் மைக்கேல் டி குன்ஹா : ஜெ. இந்த வழக்கில் நீதித்துறையின் மாண்புகளை கெடுக்கும் விதத்தில் நடந்து கொண்டதால்தான் இந்த வழக்கு கர்நாடகத்திற்கு மாற்றப் பட்டது. ஜெ. இந்த வழக்கிற்காக குற்றச்சாட்டுகள் பதியும் நேரத்திலும் குற்றவாளி பதில் தரவேண்டிய 313 நடைமுறை ஆகிய இரண்டு நிகழ்வுகளுக்காகவும் இரண்டுமுறை மட்டுமே கோர்ட்டுக்கு வந்துள்ளார். வழக்கு சென்னையில் நடந்த போதும் அது கர்நாடகத்திற்கு மாற்றப்பட்டபோதும் நீதி வழங்கும் நடைமுறையில் எழக்கூடிய சந்தேகங்களை தனக்கு சாதகமாக பயன்படுத்தி, நீதித்துறை நடைமுறையை சேதப்படுத்தும் செயல்களில்தான் குற்றவாளியான ஜெ. ஈடுபட்டார். வழக்கை 18 வருட காலம் இப்படி நீதித்துறையை சேதப்படுத்திக்கொண்டே இழுத்தடித்தார். இந்த 18 வருட கால இழுத்தடிப்பினால் குற்றவாளி இரண்டுமுறை முதல்வராகவும் பதவி வகித்தார். எனவே வழக்கை இழுத்தடித்து பலனடைந்தது ஜெ.தான்.

மொத்தம் 66 கோடி ரூபாய் சொத்து. அதில் 4 குற்றவாளிகள். 32 கம்பெனிகள் என எல்லாம் ஒன்றுக்கும் மேற்பட்ட எண்ணிக்கையில் வரும்போது, அனைத்திற்கும் சேர்த்து ஒரு வழக்கு என்பது சட்டப்படி தவறு என வழக்கறிஞர்கள் சொல்கிறார்களே?

நீதிபதி ஜான் மைக்கேல் டி குன்ஹா : வழக்கின் இறுதிக் கட்டத்தில் இந்த வாதத்தை குற்றவாளிகளின் வழக்கறிஞரான அமித்தேசாய் வாதிட்டார்.

1996-ல் இருந்து இன்றுவரை நடந்த இந்த வழக்கில் கடந்த 18 வருடங்களாக இந்த வாதம் எழுப்பப்படவில்லை. குற்றவாளிகள் 313 முறைப்படி நீதிபதிகளின் கேள்விகளுக்கு பதில் சொல்லும் நடைமுறையின்போது கூட இந்த வாதம் முன்வைக்கப்படவில்லை. 4 குற்றவாளிகள் 32 கம்பெனிகள் மூலமாக சேர்த்த 66 கோடி ரூபாய் சொத்துக்களைப் பற்றி குற்றவாளிகள் தரப்பு இதுவரை பேசியது 'எங்களுக்கும் அந்தக் கம்பெனிக்கும் தொடர்பில்லை. நாங்கள் அந்த கம்பெனியிலிருந்து ராஜினாமா செய்துவிட்டோம்' என்பதுதான். பொது ஊழியராக இல்லாத சசிகலா, இளவரசி, சுதாகரன் சொத்துக்களை பொதுஊழியரான ஜெ.வின் சொத்து என இந்த

வழக்கில் குற்றச்சாட்டு பதிவு செய்யவில்லை. மாறாக பொதுஊழியரான ஜெ. ஊழல் செய்து சம்பாதித்த பணத்தை சசிகலா, சுதாகரன், இளவரசி ஆகியோர் பல்வேறு கம்பெனி களின் பெயரில் மறைத்து வைத்து சொத்துக்கள் வாங்கினார்கள் என்றுதான் குற்றச்சாட்டு பதிவு செய்யப்பட்டுள்ளது. இதை நன்கு புரிந்துகொண்ட குற்றவாளிகளும் இதுவரை அதற்கு எதிராக தங்களது வாதங்களை முன்வைத்திருக்கிறார்கள். ஆகவே கூட்டுசதி 120(B) மற்றும் சதிக்கு உடந்தையாக இருந்த 109 ஆகிய சட்டப்பிரிவின் கீழ் ஊழல் தடுப்புச் சட்டம் 13 (1)E, 13 (2)D அடிப்படையில் குற்றவாளிகள் நால்வர் மீதும் பதிவு செய்யப்பட்ட குற்றச்சாட்டுப் பதிவு சட்டப்படிதான் நடைபெற்றுள்ளது.

ஜெ.வுக்கெதிரான சொத்துக் குவிப்பு வழக்கில் 32 கம்பெனிகள் இடம் பெறுகிறது, அந்த கம்பெனி களை வழக்கில் சேர்க்காமல் குற்றவாளிகளாக ஜெ., சசி, சுதாகரன், இளவரசி ஆகியோர் மீது வழக்கை நடத்தி தீர்ப்பளித்திருப்பது டெக்னிக்க லாக தவறான விஷயம் என வாதங்கள் முன்வைக்கப்படுகிறதே?

நீதிபதி ஜான் மைக்கேல் டி குன்ஹா : கம்பெனிகளை வழக்கில் சேர்க்காமல் குற்றவாளிகளாக ஜெ., சசி, சுதாகரன், இளவரசி ஆகியோர் மீது வழக்கை நடத்துவது சட்டவிரோதம் என குற்றவாளிகளின் வழக்கறிஞர் வாதாடுகிறார். இதுபற்றி முன்னாள் தி.மு.க. அமைச்சர் சுரேஷ்ராஜனுக்கு எதிராக தமிழக அரசு தொடர்ந்த வழக்கில் சுப்ரீம் கோர்ட் 2014-ஆம் ஆண்டு ஒரு தெளிவான தீர்ப்பை வழங்கியுள்ளது. "ஒரு சொத்து வருமானவரி கட்டும் நபர் பெயரில் இருப்பதாலேயே அந்தச் சொத்து, அந்த நபருக்கு சொந்தமாகிவிடாது. அதை அப்படியே அந்த நபருக்குச் சொந்தம் என முடிவுக்கு வந்துவிட்டால் ஊழல் செய்பவர்களெல்லாம் தாங்கள் ஊழல் செய்து சம்பாதித்த பணத்தை வருமான வரி கட்டுபவர்களின் சொத்துக்களாக மாற்றிவிடுவார்கள். அதை சட்டப்படி ஏற்பது போக்கிரித்தனம்" எனச் சொல்கிறது.

கம்பெனி தவறு செய்தால்தான் கம்பெனியையும், அந்தக் கம்பெனியின் டைரக்டரையும் வழக்கில் சேர்க்க முடியும். குற்ற வாளிகள் ஜெ.வின் ஊழல் பணத்தை மறைக்க தாங்கள் செய்த தவறுகளிலிருந்து தப்பிக்க கம்பெனிகளின் பெயரை தவறாகப் பயன்படுத்துகின்றனர். கம்பெனி வணிகம் என்பதெல்லாம்

மூடுதிரைகள். இந்த மூடுதிரைகளை விலக்கிப் பார்க்கும் போது தான் இந்தத் தவறுகள் தெரியவரும். அரசுத் தரப்பு குற்றவாளிகள், கம்பெனிகளின் பெயரை பயன்படுத்தி ஊழல் பணத்தை மறைத்து வைத்தார்கள், சொத்துக்களைச் சேர்த்தார்கள் என குற்றம்சாட்டும்போது, அந்தக் கம்பெனிகளை வழக்கில் சேர்க்க வேண்டும் என்பதைவிட ஊழல் பணத்தை எப்படி கம்பெனிகளின் பெயரை பயன்படுத்தி மறைத்தார்கள் என்பதே முக்கியமானது. ஓர் ஊழல் குற்றவாளி, ஒரு குழந்தையின் பெயரில் ஊழல் சொத்தை எழுதி வைத்தார் என்றால், அந்தக் குழந்தையை வழக்கில் சேர்த்து விசாரிப்பதைவிட அந்த ஊழல் குற்றவாளி எப்படி அந்த குழந்தையின் பெயரை பயன்படுத்தினார் என விசாரிப்பதுதான் சிறந்தது.

சுரேஷ்ராஜன்

அமித் தேசாய்

96-ஆம் ஆண்டே ஜெ. குற்றவாளி என வழக்கு தொடரப்பட்டது. அதையெல்லாம் மீறி மேலும் இரண்டு முறை எப்படி ஜெ. முதல்வரானார்?

நீதிபதி ஜான் மைக்கேல் டி குன்ஹா : சுப்ரமணிய சுவாமி 14-06-1996ஆம் ஆண்டு சென்னை நகர முதன்மை நீதிபதியிடம் ஜெ. வருமானத்துக்கு அதிகமாக சொத்து சேர்த்தார் என அளித்த புகாரின் அடிப்படையில் தமிழக அரசின் லஞ்சஒழிப்புத்துறை விசாரணை நடத்தி 1-7-1991 முதல் 30-4-1996 வரை ஜெ. 66 கோடியே 65 லட்சத்து 20 ஆயிரத்து முன்னூற்று தொண்ணூற்றைந்து (66,65,20,395) ரூபாய் வருமானத்துக்கு அதிகமான சொத்து சேர்த்ததாக வழக்குப் பதிவு செய்தனர். கடந்த 18 வருடங்களாக நடந்த இந்த வழக்கின் இடைப்பட்ட காலத்தில், குற்றவாளி என தற்போது குற்றம் நிரூபிக்கப்பட்ட ஜெ., ஏற்கனவே இரண்டுமுறை முதல்வராக இருந்தார்.

ஜெயலலிதாவும் அவரது கூட்டாளிகளும் அப்படி யென்ன ஊழல் செய்துவிட்டார்கள் என நினைப்பவர்கள் உண்டு. இது ஊழலா என கேட்போரும் உண்டு. அவர்கள் அனைவருக்கும் புரியும்படி நீதிபதி குன்ஹா தனது தீர்ப்பைத் தெளிவாக அளித்துள்ளார்.

ஜெ. கடந்த பதினெட்டு வருடங்களாக சொத்துக் குவிப்பு வழக்கை இழுத்தடித்தார் என சொல்கிறார்கள். நீதிமன்றத்தின் அனுமதியும் ஒத்துழைப்பும் இல்லாமல் ஒரு குற்றவாளி தனக்கு எதிராக தொடரப்பட்ட வழக்கை 18 வருடம் இழுத்தடிக்க முடியுமா?

நீதிபதி ஜான் மைக்கேல் டி குன்ஹா : இந்த வழக்கின் ஆவணங்களை நான் ஆராய்ந்தபோது ஜெ. உட்பட குற்றவாளி

கொடநாடு எஸ்டேட் யாருக்கு சொந்தம்?

கள் வழக்கை முன்னோக்கி எடுத்துச் செல்வதற்குத் தடைக்கற்களாகச் செயல்பட்ட விதத்தைக் கண்டறிந்தேன். எங்களுக்குச் சுதந்திரமான, உண்மையான விசாரணை தேவை என ஒரு வைரத்தின் எட்டு கோணங்களில் வெளிப்படும் பதினாறு முகங்களைப் போல ஜெ.வின் வழக்கை விசாரித்த சிறப்பு நீதிமன்றம் பிறப்பித்த ஒவ்வொரு உத்தரவையும் எதிர்த்து, உள்நோக்கத்துடன் உயர்நீதிமன்றங்களிலும் சுப்ரீம்கோர்ட்டிலும் வழக்குத் தொடர்ந்தார்கள். அதனால் வழக்கின் முன்னேற்றம் தடைப்பட்டது.

பி.வி. ஆச்சார்யா

இந்த வழக்கு புலனாய்வு நிலையில் இருக்கும்போதே இந்த வழக்கை லஞ்சஒழிப்புத்துறை புலனாய்வு செய்யக்கூடாது என உயர்நீதிமன்றத்திற்குப் போனார் ஜெ. 1996-ஆம் ஆண்டு சிறிதுகாலம் இந்த வழக்கின் விசாரணையை உயர்நீதிமன்றம் நிறுத்திவைத்தது. அதன்பிறகு உயர்நீதிமன்றம் இந்த வழக்கை நல்லம்மநாயுடு அவர்கள் விசாரிக்கலாம் என அனுமதி கொடுத்த பிறகே விசாரணை தொடர்ந்தது. இந்த வழக்கை முழுமையாக புலனாய்வு செய்து குற்றவாளிகளை கோர்ட்டுக்கு அழைத்து குற்றச்சாட்டுப் பதிவும், குற்றப்பத்திரிகையும் பதிவு செய்தபிறகு பல வெளிநாடுகளில் ஜெ.வும் மற்ற குற்றவாளி

களும் சொத்து சேர்த்த விவரம் லஞ்ச ஒழிப்புத்துறைக்கு கிடைக்கிறது.

இலங்கை, துபாய், மலேசியா, சிங்கப்பூர், ஹாங்காங், பிரிட்டிஷ் வெர்ஜின் தீவுகள் மற்றும் இங்கிலாந்து ஆகிய நாடுகளில் ஜெ. மற்றும் சசி குடும்பத்தினர் வாங்கிய சொத்துக்கள் பற்றிய விபரங்களை வைத்து மற்றொரு வழக்கையும் குற்றப்பத்திரிகையையும் லஞ்சஒழிப்புத்துறை தாக்கல் செய்தது. அதை எதிர்த்தும் ஜெ. சென்னை உயர்நீதிமன்றத்தில் வழக்குத் தொடர்ந்தார். அதை சென்னை உயர்நீதிமன்றம் நிராகரித்தது. இந்த இரண்டு வழக்கையும் ஒன்றாக விசாரிக்க வேண்டும் என ஜெ. அடுத்த வழக்கை சிறப்பு நீதிமன்றத்தில் தொடுத்தார்.

2003-ஆம் ஆண்டு ஜெ. மீண்டும் முதல்வர் பதவியில் இருந்தபோது வழக்கு வேகம் பெற்றது. 24-2-2003 அன்று அரசுத் தரப்பு தனது இறுதி வாதத்தை முடித்தது. 25-2-2003 அன்று குற்றவாளிகள் கோர்ட்டுக்கு வந்து நீதிபதியின் கேள்விகளுக்கு பதிலளிக்கும் 313 நடைமுறையை ஒரேநாளில் மாலை 5 மணிக்குள் வீட்டிலிருந்தபடியே எழுதிக் கொடுத்தார் ஜெ. 28-2-2003 அன்று பேராசிரியர் அன்பழகன் தொடுத்த வழக்கின் அடிப்படையில் சுப்ரீம்கோர்ட் இந்த வழக்கை தமிழகத்திலிருந்து கர்நாடகத்திற்கு மாற்றியது.

வழக்கு கர்நாடகத்திற்கு வந்ததும் பிரதானமாக விசாரிக்கப்பட்ட சொத்துக்குவிப்பு வழக்கும், வெளிநாடுகளில் குற்றவாளிகள் சொத்துக்கள் வாங்கிய வழக்கும் ஒன்றாக இணைக்கப்பட்டது. இந்த இரு வழக்கு இணைப்பை எதிர்த்து தி.மு.க. பொதுச்செயலாளர் அன்பழகன் சுப்ரீம் கோர்ட்டில் வழக்குத் தொடர்ந்தார். அதனால் இந்த வழக்கு விசாரணைக்கு சுப்ரீம் கோர்ட் தடை விதித்தது. 17-2-2009ஆம் ஆண்டு அரசின் சிறப்பு வழக்கறிஞரான பி.வி.ஆச்சார்யா, ஜெ.மற்றும் சசி உறவினர்கள் வெளிநாடுகளில் சேர்த்த சொத்துக்கள் தொடர்பான வழக்கை வாபஸ் பெறுகிறோம் என கர்நாடக உயர்நீதி மன்றத்தில் வழக்குத் தாக்கல் செய்து அறிவித்தார். அதைத் தொடர்ந்து 22-01-2010 அன்று சுப்ரீம்கோர்ட் சொத்துக்குவிப்பு வழக்கை விசாரிக்க விதித்த தடையை நீக்கியது.

வழக்கு இறுதிக் கட்டத்தை நெருங்க ஆரம்பித்ததும் வழக்குமேல் வழக்கு தொடர்ந்து, ஜெ. இந்த சிறப்பு நீதிமன்றத்தை இயங்கவிடாமல் செய்தார். 1997-ஆம் ஆண்டு குற்றவாளிகள் மீது குற்றப்பதிவை சென்னையில் அமைக்கப்

பட்டிருந்த சிறப்பு நீதிமன்றம் மேற்கொண்டது. அதை எதிர்த்து சென்னை உயர்நீதிமன்றத்தில் அப்போதே வழக்குத் தொடர்ந்தார். அதை சென்னை உயர்நீதிமன்றம் நிராகரித்தது. 1997-ல் நடந்த குற்றச்சாட்டுப் பதிவை எதிர்த்த ஜெ.வின் வழக்கு கர்நாடகத்திற்கு மாற்றப்பட்ட பிறகு, 2010-ஆம் ஆண்டு சுப்ரீம் கோர்ட்டில் ஒரு வழக்குத் தொடர்ந்தார். அதை சுப்ரீம் கோர்ட் டிஸ்மிஸ் செய்தது. அடுத்து, சாட்சிகளை மறுபடியும் விசாரிக்க அரசு வழக்கறிஞர் பி.வி.ஆச்சார்யா முடிவெடுத்தார். அதை எதிர்த்து கர்நாடக உயர்நீதிமன்றத்திற்கும் பிறகு சுப்ரீம் கோர்ட்டுக்கும் போனார் ஜெ. அதன்பிறகு வழக்கில் பிரதானமாக காட்டப்படாத ஆவணங்களைப் பார்க்க வேண்டும் என சசிகலா, சுதாகரன், இளவரசி ஆகியோர் சுப்ரீம் கோர்ட்டில் வழக்குத் தொடர்ந்தனர்.

சுப்ரீம்கோர்ட் அந்த ஆவணங்களைப் பார்க்க அனுமதிக்குமாறு உத்தரவிட்டது. அதுவும் போதாதென்று இந்த வழக்கின் சிறப்பு வழக்கறிஞராக ஆச்சார்யாவின் ராஜினாமாவுக்குப் பிறகு நியமிக்கப்பட்ட பவானிசிங் கர்நாடக அரசால் பதவிநீக்கம் செய்யப்பட்டார். அவர்தான் இந்த வழக்கின் வழக்கறிஞராக நீடிக்க வேண்டும் என சுப்ரீம் கோர்ட்டுக்கு ஜெ. சென்றார். அவரை, அரசு வழக்கறிஞராக நீடிக்கலாம் என சுப்ரீம் கோர்ட் உத்தரவிட்டது.

நான் நீதிபதியாக பதவியேற்ற பிறகு பல சந்தர்ப்பங்களில் சுப்ரீம் கோர்ட்டுக்கும், உயர்நீதிமன்றத்திற்கும் எங்களுக்கு நியாயமான நேர்மையான விசாரணை வேண்டும் என குற்றவாளிகள் தரப்பு சென்றது. அதை உரிய முறையில் பரிசீலித்த உயர்நீதிமன்றமும் உச்சநீதிமன்றமும் உரிய உத்தரவுகளைப் பிறப்பித்தன. இதனால்தான் இந்த வழக்கு இறுதிக்கட்டத்தை அடைந்து தீர்ப்பு வழங்க 18 வருடகாலம் ஆகியது. இதற்குக் காரணம் குற்றவாளிகளே. இந்த வழக்கு 18 வருட காலம் நீண்டதனால் தனக்கு உடல்நிலை, மனநிலை போன்றவற்றில் ஏகப்பட்ட அசௌகரியங்கள் ஏற்பட்டதாக ஜெ. இறுதித் தீர்ப்பின்போது சொல்கிறார். 18 ஆண்டுகாலம் இந்த வழக்கு இழுத்தடிக்கப்பட்ட காலகட்டத்தில், எவ்வித அசௌகரியமும் இல்லாமல் 2 முறை முதல்வராக ஜெ. பதவி வகித்தார் என்பதையும் மறுக்க முடியாது. எனவே அவருக்கு எதிரான குற்றங்கள் சந்தேகத்திற்கிடமின்றி நிரூபிக்கப்பட்டதால் 4 ஆண்டு சாதாரண சிறைத்தண்டனையும் 100 கோடி அபராதமும் விதிக்கிறேன்.

ஜெ. அப்படி என்னதான் சொத்துக்களைச் சேர்த்தார்? எவ்வளவு சம்பாதித்தார்? 66 கோடி சொத்துக்குவிப்பு என்பது எந்தளவு உண்மை?

நீதிபதி ஜான் மைக்கேல் டி குன்ஹா : 91-96 காலகட்டத்தில் ஜெ.வுக்கு சட்டபூர்வமாக வந்த வருமானம் 9 கோடியே 91 லட்சத்து 5 ஆயிரத்து தொண்ணூற்று நான்கு ரூபாய். அவர் செலவு செய்த தொகை 8 கோடியே 92 லட்சத்து 69 ஆயிரத்து 808 ரூபாய். இந்தக் காலகட்டத்தில் ஜெ., சசிகலா, சுதாகரன், இளவரசி ஆகியோர் பெயரிலும் வணிக நிறுவனங்கள் பெயரிலும் வாங்கிய சொத்துக்கள் மற்றும் பணத்தின் மதிப்பு 53 கோடியே 60 லட்சத்து 49 ஆயிரத்து தொள்ளாயிரத்து ஐம்பத்து நான்கு ரூபாய் என அரசுத் தரப்பு சந்தேகத்திற்கிடமில்லாமல் நிரூபித்துள்ளது. இந்தப் பணத்திற்கு ஜெ.வால் திருப்திகரமான பதிலைத் தரமுடியவில்லை. எனவே இந்தப் பணம் ஊழல் பணம் என நான் முடிவு செய்கிறேன்.

கொடநாடு எஸ்டேட், சிறுதாவூர் பங்களா ஆகியவை ஜெயலலிதாவுக்கு சொந்தமானது இல்லை என்கிறார்களே? அதையும் சொத்துக் கணக்கில் சேர்க்கலாமா?

நீதிபதி ஜான் மைக்கேல் டி குன்ஹா : இந்த இரண்டு சொத்துக்கள் மட்டுமல்ல, ஜெ. சொத்துக் குவிப்பு வழக்கில் வரும் 3,000 ஏக்கர் நிலமும் அதிலுள்ள கட்டிடங்கள் அனைத்தும் ஜெ.வின் ஊழல் பணத்தால், குற்றவாளிகளால் வாங்கப்பட்ட சொத்துக்கள். அந்த ஊழல் பணம் ஜெ.வுக்கு சொந்தமானது என்றால், இந்த சொத்துக்களும் ஜெ.வுக்கு சொந்தமானது என்றே நான் முடிவு செய்கிறேன்.

வருமானத்துக்கு மீறி சொத்து சேர்த்தால் அதற்கு உண்டான அபராதத்தை வாங்கிவிட்டு விட்டுவிட வேண்டியதுதானே?

நீதிபதி ஜான் மைக்கேல் டி குன்ஹா : ஊழல் தடுப்புச் சட்டம் 13(1)E, 13(2)D-யின் அடிப்படையில் ஜெ. வருமானத்துக்கு மீறி சொத்து சேர்த்த குற்றத்திற்காக சிறைத்தண்டனையும் அபராதமும் விதிக்கப்படுகிறது.

ஆட்சி மாறியதும் பல்டி!

கிறிஸ்துவுக்கு முன், கிறிஸ்துவுக்குப் பின் என உலக வரலாற்றை அறிஞர்கள் பிரிப்பது போல, தமிழக அரசியல் வரலாற்றை ஜான் மைக்கேல் டி குன்ஹாவின் தீர்ப்புக்கு முன், தீர்ப்புக்குப் பின் என பிரித்துச் சொல்லக்கூடிய அளவிற்கு அவரது தீர்ப்பு தமிழக அரசியலை புரட்டிப் போட்டுவிட்டது. டி குன்ஹாவின் தீர்ப்பை ஒரு சட்டப் புத்தகமாக வே சட்டக் கல்லூரி மாணவர்களுக்குத் தர வேண்டும் என சட்டமேதைகளே சொல்கிறார்கள்.

தி.மு.க. ஆட்சியில் தொடரப்பட்ட இந்த வழக்கில் அ.தி.மு.க. ஆட்சி அமைத்ததும் சாட்சியங்கள் மாறியது. இப்படி மாற்றி மாற்றி சொல்லும் சாட்சியங்களின் அடிப்படையில் அளிக்கப்படும் தீர்ப்பு எப்படி சரியானதாக அமைய முடியும்?

நீதிபதி ஜான் மைக்கேல் டி குன்ஹா : இந்த வழக்கில் பல சாட்சிகள், வழக்கு தொடரப்பட்ட காலத்திலும் அதன்பிறகு குற்றவாளி முதல்வராக வந்தபிறகும் மாற்றி மாற்றி சாட்சி சொல்லியிருக்கிறார்கள். ஒரு சாட்சியின் பெயர் ஆர்.கிருஷ்ணன் (எ) ராதாகிருஷ்ணன். இவர் வருமானத்துக்கு அதிகமான சொத்துக்குவிப்பு வழக்கில் தொடர்புடைய முக்கியமான சொத்துகளுடன் தொடர்புடைய சாட்சி. அவர் சென்னையில் வழக்கு நடந்தபோது சாட்சி அளித்தார்.

"என் பெயர் ராதாகிருஷ்ணன். நான் வேளாண்துறை பட்டப்படிப்பு படித்துவிட்டு 1993-ம் ஆண்டு சென்னை தரமணியில் உள்ள தோட்டக்கலை பயிற்சி-நிறுவனத்தில் தோட்டக்கலை அதிகாரியாக வேலை பார்த்து வந்தேன். எனக்கு மேலதிகாரியாக இருந்த கலியபெருமாள் 200 எலுமிச்சை செடிகளை ஹைதராபாத்திலுள்ள திராட்சை தோட்டத்தில் நட்டுவிட்டு வரச் சொன்னார். நடராஜனின் சகோதரரும் ஜெ.வின் தனி பாதுகாப்பு அதிகாரியாக இருந்தவருமான பழனி வேலுவும் வேளாண்துறை அமைச்சருமான கு.ப.கிருஷ்ணனும் செவ்வந்திப் பூக்களின் செடிகளை போயஸ் தோட்டத்தில் நட்டு வைக்குமாறு சொன்னார்கள். போயஸ் கார்டனில் முதல்வர் ஜெ.வின் செயலாளரான ஜெயராமனை சந்தித்தேன். அவர் கிண்டியிலுள்ள சசிகலா மற்றும் சுதாகரனுக்குச் சொந்தமான மெட்டல்கிங் நிறுவனத்தில் காய்கறித் தோட்டம் அமைத்து அங்குள்ள காலியிடத்தில் காளான்கள் வளர்க்க ஷெட் அமைக்குமாறும் கூறினார். சசிகலா நான் அங்கு காய்கறி, வாழை, செடிகளை பயிரிடுவதை பார்ப்பதற்காக வருவார். மெட்டல்கிங் அலுவலகத்திற்கு வரும் சுதாகரன் என்னிடம் நட்பாக பழகினார்.

1994-ம் ஆண்டு துவக்கத்தில் இந்து பத்திரிகையில் வந்த ஒரு விளம்பரத்தை காட்டி முதல்வர் ஜெ., திருநெல்வேலி, கன்னியாகுமரி மாவட்டங்களில் நிலங்களை வாங்கி அங்கு விவசாயத்துடன் கூடிய பண்ணை வீடுகளை அமைக்க விரும்புவதாக சுதாகரன் கூறினார். நான், அண்ணாநகரைச் சேர்ந்த ரியல் எஸ்டேட் ஏஜென்ட் சிவா, பத்திரப்பதிவுத்துறை

அதிகாரி ராஜகோபாலுடன் திருநெல்வேலிக்கு சென்றேன். அங்கு ப்ளூ ஸ்டார் லாட்ஜில் ஆர்.கிருஷ்ணன் என்ற பெயரில் அறை எடுத்து தங்கினேன். கயத்தாறு, வல்லநாடு பகுதியிலுள்ள நிலங்களை பார்வையிட்டேன். முதல்வரின் செயலாளர் ஜெயராமனின் உத்தரவுப்படி வேளாண் துறையின் துணை இயக்குநர் செல்வகுமார், சுரங்கத்துறை நிபுணர் தங்கபாண்டியன் ஆகியோருடன் மறுபடியும் அதே இடங்களுக்குப் போய் அந்த நிலங்களின் நீர்த்தன்மை பற்றி ஆராய்ந்து வந்தேன். அங்கு நல்ல நீர்வளம் இருக்கிறது, போர்வெல் போட்டு விவசாயம் செய்ய உகந்த இடம் என சுதாகரனிடம் நாங்கள் சொன்னதும், எங்களை அங்கேயே தங்க சொன்னார் சுதாகரன்.

மறுநாள் பத்திரப் பதிவுத்துறை அதிகாரி ராஜகோபால், ரியல் எஸ்டேட் ஏஜென்ட் சிவாவுடன் அங்கு வந்தார். அவர்கள் ஸ்ரீவைகுண்டம் பத்திரப்பதிவு அலுவலகத்திற்கு சென்றார்கள். அங்கு வந்திருந்த 6 விவசாயிகளிடமிருந்து ஐந்தரை ஏக்கர் நிலத்தை ரிவர்வே அக்ரோ புராடக்ட்ஸ் பெயரில் ஏக்கருக்கு 16,000 என விலைபேசி பதிவு செய்தார்கள். ரியல் எஸ்டேட் ஏஜென்ட் சிவா பெயரில் பவர் வாங்கி 1995-ம் ஆண்டு மத்தியில் 1190 ஏக்கர் நிலத்தை இதே பாணியில் சுதாகரன் அதே கம்பெனி பெயரில் வாங்கிக் குவித்தார். அந்த நிலங்களில் நான் மின் இணைப்பு வாங்கி போர்வெல் அமைத்துக் கொடுத்தேன்.

அதேபோல் ராஜாராம் என்கிற ரியல் எஸ்டேட் புரோக்கர் காஞ்சிபுரம் ஊத்துக்காடு என்ற இடத்தில் ஏக்கருக்கு பத்தாயிரம் ரூபாய் என 200 ஏக்கர் நிலம் வாங்கினார். கங்கை அமரனிடமிருந்து பையனூரில் 25 ஏக்கர் நிலம் வாங்கப் பட்டது. சிறுதாவூரில் 200 ஏக்கர் நிலத்தை வாங்கியதாக எனக்கு காண்பிக்கப்பட்டது. காஞ்சி மாவட்டத்தில் செய்யூரில் 5 ஏக்கர் நிலம், திருவள்ளூரில் வெங்காபுரம் என்ற இடத்தில் 20 ஏக்கர் மாந்தோட்டத்துடன் கூடிய 40 ஏக்கர் நிலம் வாங்கப்பட்டது. இந்த நிலம் வாங்கும் விவகாரம் முழுவதும் கிண்டியிலுள்ள மெட்டல்கிங் நிறுவனத்தில் சுதாகரனால் பேசி முடிக்கப் பட்டது. வாங்கப்படும் நிலங்களில் விவசாய வேலைகளை நான் மேற்கொண்டேன். அந்த நிலங்களை பார்க்க சசிகலா வந்திருக்கிறார்.

ஒருநாள் சுதாகரன் கொடநாடு பகுதியில் 800 ஏக்கர் நிலத்தை வாங்கிவிட்டதாக கூறினார். 700 ஏக்கர் தேயிலை தோட்டத்துடன் கூடிய அந்த நிலத்தை மேற்பார்வையிட ஒரு விவசாயம் தெரிந்த அதிகாரி வேண்டுமென கேட்டார். நான்

நீதிபதி குன்ஹா பதில்கள்

ஹுரியான் என்கிற நபரை கூப்பிட்டு சுதாகரனை சந்திக்க வைத்தேன். ஹுரியான் கொடநாடு எஸ்டேட்டின் மேனேஜராக சுதாகரனால் நியமிக்கப்பட்டார்" என சாட்சியம் அளித்த ராதாகிருஷ்ணனை... 2001-ம் ஆண்டு பிப்ரவரி, மார்ச்சில் ஐந்துமுறை ஜெ.வின் வழக்கறிஞர்கள் குறுக்கு விசாரணை செய்தார்கள். ராதாகிருஷ்ணன், தான் அளித்த சாட்சியத்திலிருந்து விலகவில்லை.

ஆனால் அதே ராதாகிருஷ்ணன் ஜெ. தலைமையில் அ.தி.மு.க. ஆட்சி அமைத்த பிறகு 10.1.2003-ல் சாட்சியம் அளிக்க வந்தார். "நான் வி.ஐ.பி.க்கள் அமைக்கும் தோட்டங்களுக்கு அட்வைஸ் செய்யும் தொழில் செய்பவன். தி.மு.க. ஆட்சிக்காலத்தில் போலீசார் என்னிடம் பொய்யான வாக்கு மூலம் வாங்கிவிட்டார்கள். எனக்கு சுதாகரனை தெரியாது. என் பெயர் ஆர்.கிருஷ்ணன் இல்லை. அந்தப் பெயரில் நான் எங்கும் லாட்ஜ் எடுத்து தங்கவில்லை. ஜெ. முதல்வராக இருந்தபோது முதல்வர் அலுவலகத்திலிருந்து தோட்டக்கலை தொடர்பாக ஆலோசனை கேட்டதால் சொன்னேன் அவ்வளவுதான்" என பல்டி அடித்தார்.

கர்நாடகத்திற்கு வழக்கு மாற்றலாகி வந்தபிறகு அரசு சிறப்பு வழக்கறிஞர் ஆச்சார்யா அவரை அழைத்து அவர் 2001-ல் சொன்ன சாட்சியம்தான் சரியானது என அவரது வாத திறமையால் ராதாகிருஷ்ணனை சொல்ல வைத்தார். அந்த நேரம் குற்றவாளிகள் தரப்பு நடத்திய குறுக்கு விசாரணையில் ராதாகிருஷ்ணன் 2001-ல் சொன்ன சாட்சியத்தை மாற்ற முடியவில்லை. சிறப்பு அரசு வழக்கறிஞர் ஆச்சார்யா உண்மையை வெளிக்கொணர்ந்தார். அத்துடன் ராதாகிருஷ்ணனுடன் சேர்ந்து பணியாற்றி ரிவர்வே அக்ரோ புராடக்ட்ஸ் நிறுவனத்திற்காக நிலம் வாங்கித் தந்த ரியல் எஸ்டேட் ஏஜென்ட் சிவாவும் ராதாகிருஷ்ணன் சொன்னதை உண்மை என சிவாவின் சாட்சியம் மூலம் ஆச்சார்யா உறுதி செய்தார். இதில் வியக்கத்தக்கது ரிவர்வே அக்ரோ புராடக்ட்ஸ் கம்பெனிக்காக நிலம் வாங்கிய சுதாகரன் உபயோகப்படுத்தியது அந்த கம்பெனியின் பணம் அல்ல, ஜெ. ஊழல் மூலம் சம்பாதித்த பணத்தை பல்வேறு கம்பெனிகளின் பெயரில் சுதாகரன் நிலங்களை வாங்கினார் என்பதுதான் உண்மை.

சுதாகரனை ஒருகட்டத்தில் தன் வளர்ப்பு மகன் இல்லை என ஜெ. அறிவித்துவிட்டாரே. அவரை எப்படி

இந்த வழக்கில் சேர்க்க முடியும்?

நீதிபதி ஜான் மைக்கேல் டி குன்ஹா: சுதாகரன் வளர்ப்பு மகன் இல்லை என 'நமது எம்.ஜி.ஆர்.' பற்றி சாட்சி சொன்ன அ.தி.மு.க. தலைவர்கள் வரிசையாக சொன்னார்கள். அவர் அ.தி.மு.க. உறுப்பினர் இல்லை என சாட்சி சொன்னார்கள். சுதாகரன் ஜெ.வின் ஊழல் பணத்தை பயன்படுத்தி சொத்துக்களை வாங்கினார் என்பதுதான் குற்றச்சாட்டு அது சந்தேகத்திற்கிடமின்றி நிரூபிக்கப்பட்டதால் அவரை குற்றவாளி என தீர்மானிக்கிறேன்.

நாட்டில் ஊழல் செய்யாத அரசியல்வாதியே இல்லை என்கிறார்களே?

நீதிபதி ஜான் மைக்கேல் டி குன்ஹா: குற்றவாளி ஜெயலலிதா தமிழக அரசின் உயர்ந்த இடத்தில் இருப்பவர். உயர்ந்த இடத்தில் இருப்பவர்கள் ஊழல் செய்தால் அவர்களுக்கு கீழே இருப்பவர்களும் ஊழல் செய்வதற்கு உற்சாகப்படுத்தப்படுவார்கள். ஊழியர்களிடம் நேர்மையையும் ஒழுக்கத்தையும் உயர்ந்த பதவியில் இருக்கும் ஊழல் செய்யும் நபர்களால் நிலைநாட்ட முடியாது. இப்படி ஊழல் செய்யும் உயர்ந்த பதவி வகிக்கும் நபரிடம் காட்டப்படும் கருணை சமூக வாழ்வின் அடித்தளத்தையே நொறுக்கிவிடும். எனவே குற்றவாளிக்கு கொடுக்கப்படும் கடுமையான தண்டனைதான் சமூகத்தில் புரையோடி போயுள்ள ஊழலை ஒழிக்கும் ஒரு நல்ல நடவடிக்கையாக அமையும்.

ஆடம்பர பங்களாவின் மதிப்பு!

தனித்துப் போட்டி, 37 நாடாளுமன்றத் தொகுதிகளில் வெற்றி என வெற்றித் திருமகளாக காட்சியளித்த ஜெ.வை வீட்டுக்குள் முடங்க வைத்தது சொத்துக் குவிப்பு வழக்கில் டி குன்ஹா அளித்த தீர்ப்பு. தமிழக மக்கள் மத்தியில் யார் இந்த டி குன்ஹா என்கிற பேச்சு கடந்த 3 மாதங்களாக கேட்கப்படும் அளவிற்கு கலைஞர், ஜெ. ஆகியோருக்கு அடுத்த ரேட்டிங்கில் இருப்பவர் டி குன்ஹா.

நீதிமன்றத்தில் ஒரு வழக்கை விசாரிக்கும் நீதிபதிக்கு அந்த வழக்கில் சமர்ப்பிக்கப்படும் சாட்சியங்களை ஆராய்ந்து தீர்ப்பு சொல்லத்தான் அதிகாரமிருக்கிறது. ஆனால் ஜெ.வுக்கெதிரான சொத்துக்குவிப்பு வழக்கில் தீர்ப்பளித்த நீதிபதி, கணக்காளராக மாறி ஜெ.வின் ஊழல் பணம் என அரசுத் தரப்பு குற்றம்சாட்டிய தொகையில் 20 சதவிகிதம் குறைத்துக்கொள்கிறேன் என தீர்ப்பளித்துள்ளார். ஏன் இந்த 20 சதவிகிதம்? 100 சதவிகிதம் குறைத்தால் ஜெ.மீது வழக்கே இல்லாமல் போய்விடும் அல்லவா?

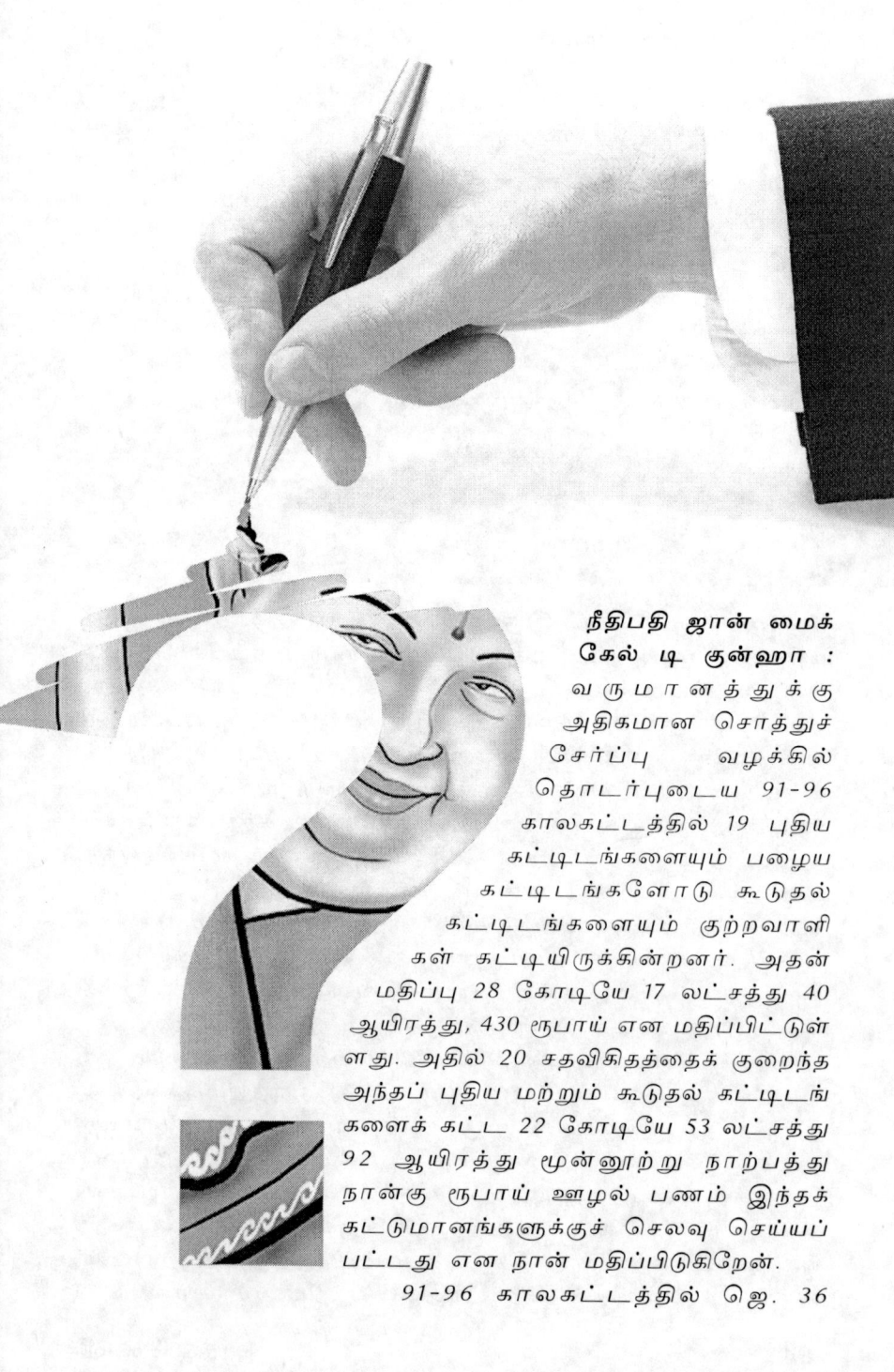

நீதிபதி ஜான் மைக்கேல் டி குன்ஹா : வருமானத்துக்கு அதிகமான சொத்துச் சேர்ப்பு வழக்கில் தொடர்புடைய 91-96 காலகட்டத்தில் 19 புதிய கட்டிடங்களையும் பழைய கட்டிடங்களோடு கூடுதல் கட்டிடங்களையும் குற்றவாளிகள் கட்டியிருக்கின்றனர். அதன் மதிப்பு 28 கோடியே 17 லட்சத்து 40 ஆயிரத்து, 430 ரூபாய் என மதிப்பிட்டுள்ளது. அதில் 20 சதவிகிதத்தைக் குறைந்த அந்தப் புதிய மற்றும் கூடுதல் கட்டிடங்களைக் கட்ட 22 கோடியே 53 லட்சத்து 92 ஆயிரத்து மூன்னூற்று நாற்பத்து நான்கு ரூபாய் ஊழல் பணம் இந்தக் கட்டுமானங்களுக்குச் செலவு செய்யப்பட்டது என நான் மதிப்பிடுகிறேன். 91-96 காலகட்டத்தில் ஜெ. 36

போயஸ் கார்டன்

போயஸ் கார்டனில் இருந்த பழைய வீட்டை புதுப்பித்து புதிதாக 5 மாடி கட்டிடத்தைக் கட்டினார். புதுப்பிக்கப்பட்ட பழைய வீட்டின் தரைத்தளத்தில் ஒரு அலுவலக அறை, வெளியே வந்த வராந்தாவுடன் இணைத்துக் கட்டப்பட்டது. அத்துடன் ஒரு மாடி அறையும் கட்டப்பட்டது. இந்தக் கட்டிடங்களின் வெளிப்புறச் சுவர் ஒரே மாதிரி தோற்ற மளிக்கக்கூடிய மிக விலை உயர்ந்த கிரானைட் கற்களால் அலங் கரிக்கப்பட்டிருந்தது. அதன் உட்புறம் முழுவதும் தரம் உயர்ந்த மார்பிள்ஸ் மற்றும் கிரானைட் கற்கள் பதிக்கப்பட்டிருந்தது. கழிவறைகளில் மிக விலையுயர்ந்த குழாய்கள் மற்றும் கழிவுநீர் பாகங்கள் பொருத்தப்பட்டிருந்தன. காம்பவுண்ட் சுவர்கூட கிரானைட் ஸ்லாபுகள் மற்றும் வெளிநாட்டைச் சேர்ந்த பேன்ஸியான டைல்ஸ்கள் பொருத்தப்பட்டுக் காட்சியளித்தன.

அந்தக் கட்டிடங்களின் வரவேற்பறையில் மரச்சிற்பங்கள் செதுக்கி உருவாக்கப்பட்டிருந்தன. உணவு அருந்தும் அறையில் இருந்த மரச்சிற்பங்கள் மிகுந்த திறமைசாலிகளான சீரிய கலைஞர்களின் கடுமையான நாள்பட்ட உழைப்பை வெளிக்காட்டியது. அந்த அறைகளில் போடப்பட்ட நாற்காலி கள் மிக மிக விலை உயர்ந்தவையாக இருக்க உணவு மேஜைகள் கிரானைட் கற்களால் செதுக்கப்பட்டிருந்தது. நீரூற்றுடன் கூடிய புல்வெளிகள் தோட்டக்கலை நிபுணர்களால் வடி

வமைக்கப்பட்டிருந்தது. அந்தக் கட்டிடங்களில் 125 கிலோவாட், 62.5 கிலோவாட் என இரண்டு ராட்சத ஜெனரேட்டர்கள் இருந்தன. 1.5 டன்னிலிருந்து 2.5 டன் வரை எடையுள்ள 39 ஏர்கண்டிஷன்கள் இருந்தன. இரண்டு 35 எம்.எம். புரொஜக்டர்கள் கொண்ட சினிமா தியேட்டர், தியேட்டருக்குரிய ஒலி ஒளி சாதனங்கள் சிறப்பாக அமைக்கப்பட்டிருந்தன.

இதுபற்றி ஜெ. குறிப்பிடுகையில், "இந்தக் கட்டுமான வேலைகளை நான் 91-96 காலகட்டத்தில் முதலமைச்சராக இருந்தபோதுதான் மேற்கொண்டேன். என்னுடைய பழைய வீட்டை 76 லட்சத்து 74 ஆயிரத்து 900 ரூபாய் செலவில் புதுப்பித்தேன். அந்த வீட்டுக்குப் பக்கத்தில் 31-ஏ, போயஸ் கார்டன் முகவரியில் 5 மாடி கட்டிடம் கட்டினேன். அதற்கு 1 கோடியே 35 லட்சத்து பத்தாயிரத்து ஐநூறு ரூபாய் செலவானது. இதை நான் வருமான வரித்துறையிடம் தெரிவித்துள்ளேன். அதை அவர்கள் சரியான செலவு என ஏற்றுக்கொண்டார்கள்" என்கிறார்.

ஆனால் அந்தக் கட்டிடங்களில் இருந்த டி.வி.க்கள், டிஷ் ஆண்டனாக்கள் உட்பட இருந்த எலெக்ட்ரிகல் பொருட்களின் மதிப்பே 1 கோடியே 5 லட்சத்து 25 லட்சம் எனவும், வெறும் பத்து லட்சத்தில் வாங்கப்பட்டதாக சொல்லப்படும் 36, போயஸ் கார்டனுக்குப் பக்கத்தில் உள்ள 31-ஏ, போயஸ் கார்டனில் கட்டப்பட்ட புதிய கட்டிடம் மற்றும் பழைய வீட்டை இடித்துக்கட்டிய புதிய கட்டுமானங்களின் ஒட்டுமொத்த மதிப்பு 7 கோடியே 24 லட்சத்து 98 ஆயிரம் என லஞ்ச ஒழிப்புத்துறை மதிப்பிடுகிறது.

இந்த மதிப்பீட்டை பொதுப்பணித்துறையில் எக்ஸிக்யூட்டிவ் பொறியாளராகப் பணியாற்றிய ஜெயபால் என்பவர் உதவி எக்ஸிக்யூட்டிவ் பொறியாளர்கள் மற்றும் உதவி பொறியாளர்கள், ஜூனியர் பொறியாளர்கள் அடங்கிய 11 பேர் அடங்கிய குழுதான் மேற்கொண்டது.

அந்த மதிப்பீட்டை செய்தபோது குறிப்புகள் எழுத பயன்படுத்திய நோட்டுப் புத்தகங்களோடு கோர்ட்டில் ஆஜரான ஜெயபால், கட்டிடம் கட்டப் பயன்படுத்திய செங்கல், மணல், ஜல்லி, கம்பி போன்ற பொருட்களை பொதுப்பணித் துறையின் அட்டவணையில் குறிப்பிட்டிருந்த விலையை வைத்து அவற்றை மதிப்பிட்டுள்ளேன். அந்தக் கட்டிடங்களில் 21 பொருட்கள் இருந்தன. உதாரணத்திற்கு சிறப

வேலைப்பாடுகளுடன் கூடிய கதவு, வாசக்கால், ஜன்னல்கள், ஜன்னல்களில் உள்ள திரைச்சீலைகள் போன்றவை. இவைகளின் மதிப்பை மார்க்கெட்டில் போய் விசாரித்து, அதன்பிறகு மதிப்பீடு செய்தேன். அந்த 21 பொருட்களின் விலை மட்டும் 2 கோடி ரூபாய் என்றார். அதேபோல மின்சாரப் பொருட்களின் மதிப்பீடு செய்த திருத்துவராஜ் என்கிற எலெக்ட்ரிகல் என்ஜினியர். நான் மொத்தம் 118 எலெக்ட்ரிகல் பொருட்களை அந்த கட்டிடங்களில் புதுப்பிக்கப்பட்டதைக் கண்டுபிடித்தேன். அதில் 36 பொருட்கள் கம்பெனிப் பொருட்கள். மற்றவை லோக்கல் பொருட்கள். இவற்றை மதிப்பீடு செய்தேன் என்றார்.

அ.தி.மு.க. ஆட்சி அமைந்ததும் ஜெயபாலும் திருத்துவராஜும் தாங்கள் சொன்ன சாட்சியத்தை தவறு என மாற்றிச் சொன்னார்கள். வழக்கு கர்நாடகத்திற்கு மாறியதும் சிறப்பு அரசு வழக்கறிஞர் ஆச்சார்யா தனது வாதத்திறமை மூலம் அவர்கள் முதலில் சொன்ன சாட்சிதான் சரியானது என கோர்ட்டில் நிரூபித்தார்.

இதுபோல 19 கட்டிடங்களின் மதிப்பீடு நடந்தது. பொதுப்பணித்துறை நிபுணர்கள் அவற்றை மதிப்பீடு செய்தார்கள். இந்த நிபுணர்கள் சரியான மதிப்பீட்டை செய்யவில்லை என ஜெ. தரப்பு வழக்கறிஞர்கள் வாதாடினார்கள். ஆனால் துரதிர்ஷ்டவசமாக குற்றவாளிகள் தரப்பும் பொதுப்பணித்துறை நிபுணர்களையே இந்தக் கட்டிடங்கள் பற்றிய எங்கள் தரப்பு மதிப்பீட்டிற்கும் பயன்படுத்தினார்கள். இந்தக் கட்டிடங்களை கட்டியவர்கள் குற்றவாளிகள். இந்தக் கட்டிடங்களைக் கட்டிய ஒப்பந்தக்காரர்களை அமர்த்தியவர்கள் குற்றவாளிகள். அவர்களுக்கு பணம் கொடுத்ததும் அவர்களே. ஆனால் அந்த பில்களை கொண்டுவந்து கோர்ட்டில் சமர்ப்பித்து அரசுத் தரப்பு பொதுப்பணித்துறை நிபுணர்கள் சொல்வது பொய் என குற்றவாளிகளால் நிரூபிக்க முடியவில்லை. குறிப்பாக இந்தக் கட்டிடங்களில் உபயோகப்படுத்தப்பட்ட விலை உயர்ந்த பொருட்களான தேக்கு, கிரானைட், மார்பில்கள் போன்றவற்றின் விலைகளை நிரூபிக்க அரசுத் தரப்பு நேரடி சாட்சியங்கள் எதையும் தாக்கல் செய்யவில்லை. அதேநேரம் தன் மீதான குற்றத்தை மறுக்கும் நிலையில் உள்ள குற்றவாளிகளும் அரசுத் தரப்பு சொல்வதை நேரடியாக மறுக்கும் சாட்சியங்களை கோர்ட்டில் சொல்லவில்லை. அத்துடன் கட்டிட வரைகலை நிபுணருக்கு அளிக்கப்பட்ட ஊதியம் என்கிற விஷயத்தில் தெளிவான நிலை இரு தரப்பிலும்

இல்லை. எனவே நீதியை நிலைநாட்ட ஒட்டுமொத்த கட்டுமான மதிப்பில் அரசுத்தரப்பு சொன்ன மதிப்பீட்டில் 20 சதவிகித தொகையை குற்றவாளிகளுக்கு சாதகமாக குறைக்கிறேன்.

91-96 காலகட்டத்தில் ஜெ. மீது சொத்துக்குவிப்பு வழக்கு உட்பட 12 வழக்குகள் போடப்பட்டன. அதில் அனைத்திலும் ஜெ. நிரபராதி என வெளியே வந்துவிட்டார். சொத்துக்குவிப்பு வழக்கில் தீர்ப்பளிக்கும் நீதிபதி தண்டனை வழங்கும்போது இந்த விவகாரத்தை ஏன் கருத்தில் கொள்ளவில்லை.

நீதிபதி ஜான் மைக்கேல் டி குன்ஹா : வழக்கறிஞர் பி.குமார், ஜெ. 91-96, 2001, 2011 என மூன்றுமுறை முதல்வராக தேர்ந்தெடுக்கப்பட்டிருக்கிறார். இந்த வழக்கு தொடரப்பட்ட பிறகு 9 வருடம் அவர் முதல்வராக இருந்திருக்கிறார். ஒருமுறை கூட அவர் அதிகாரத்தை தவறாகப் பயன்படுத்தியதாக புகார் வரவில்லை. 1996-ல் இந்த வழக்கைப் போல 12 வழக்குகள் ஜெ. மீது போடப்பட்டது. 12 வழக்குகளிலும் அவர் நிரபராதி என வெளியே வந்திருக்கிறார். டான்சி வழக்கில் சுப்ரீம் கோர்ட்டே அவரை நிரபராதி என விடுதலை செய்தது என்கிறார். அந்த வழக்குகள் வேறு, இந்த வழக்கு வேறு. இந்த வழக்கில் ஜெ. மீதான குற்றம் நிரூபிக்கப்பட்டுள்ளது. அவருக்கு 4 ஆண்டுகள் தண்டனையும் 100 கோடி அபராதமும் விதிக்கிறேன்.

ஊழல் தடுப்புச் சட்டப்படி அதிகபட்சமாக 7 வருட தண்டனை வழங்கலாம். ஜெ.வுக்கு 4 வருட தண்டனை 100 கோடி ரூபாய் அபராதம் என நீதிபதி எப்படி முடிவுக்கு வந்தார்?

நீதிபதி ஜான் மைக்கேல் டி குன்ஹா : இந்த வழக்கில் ஜெ. உட்பட குற்றவாளிகள் ஏராளமான சொத்துக்களை சேர்த்திருக்கிறார்கள். மிகக் கொடுமையான ஊழல் குற்றங்களைச் செய்திருக்கிறார்கள். இந்தக் குற்றங்களுக்கு மிகக்கடுமையான தண்டனைதான் அறிவிக்கப்பட வேண்டும். சட்டம் 7 வருடம் தண்டனை அளிக்கச் சொல்கிறது. அதில் பாதி தண்டனையான 4 வருடங்கள் தண்டனை என அறிவிப்பது நீதியை நிலைநாட்டும் என நான் நினைக்கிறேன்.

விவசாயம் மூலம் ஜெ.வுக்கு வந்த வருமானம்!

"வருமானத்துக்கு அதிகமான சொத்துக்குவிப்பு வழக்கு ஒரு வழக்கே அல்ல. ஜெ. மீது 96-ம் ஆண்டு காலகட்டத்தில் 12 வழக்குகள் போடப்பட்டன. அதிலெல்லாம் நிரபராதி என ஜெ. வெளியே வந்தார். அதைப் போல நீதிபதி டி.குன்ஹா கோர்ட்டில் நடக்கும் வழக்கிலும் ஜெ. குற்றமற்றவர் என வெளியே வருவார்'' என்றுதான் ஜெ.வின் திறமை களை பற்றி டி.குன்ஹாவின் தீர்ப்பு வெளிவரும் வரை

மக்கள் கேள்வி

அ.தி.மு.க.வினர் பேசி வந்தார்கள்.

4 வருடம் தண்டனை, 10 வருடம் தேர்தலில் நிற்க முடியாது என தமிழக அரசே அதிகாரப்பூர்வமாக அறிவிக்கும் நிலைமையை டி.குன்ஹாவின் தீர்ப்பு தமிழகத்தில் உருவாக்கியுள்ளது.

தமிழகத்தின் முதல்வராக மூன்று முறை பதவி வகித்த ஜெ. நான் ஒரு விவசாயி என மேடைகளில் அறிவித்திருக்கிறார். விவசாயத்தில் அவருக்கு கிடைத்த வருமானத்தை கணக்கிடுவது கடினம் என வருமானவரித்துறை சட்டங்களே சொல்கின்றன. ஹைதராபாத்தில் திராட்சை தோட்டமும் பழத்தோட்டமும், ரோஜா செடிகளும் பயிரிட்ட விவசாயி ஆன ஜெ.வுக்கு விவசாயத்தில் கிடைத்த வருமானத்தை எப்படி வருமானத்துக்கு அதிகமான சொத்தாக மதிப்பிட முடியும்.

நீதிபதி ஜான் மைக்கேல் டி குன்ஹா: ஹைதராபாத்தில் ஜெ.பி.மெட்லா பகுதியில் ஜெ.வுக்கு சொந்தமான பதினான்கு அரை ஏக்கர் நிலத்தில் திராட்சை தோட்டம் அமைந்துள்ளது. அந்த திராட்சை தோட்டத்தில் 580 அனாப் டி.சாஹி என்ற காஷ்மீர் திராட்சை செடிகள் இருந்தன. 1266 விதையில்லாத திராட்சை செடிகள் இருந்தன. இவை மொத்தம் 6 ஏக்கரில் பயிரிடப்பட்டிருந்தது. ஒரு ஏக்கரில் 96 கொய்யா மரங்கள் இருந்தன. அத்துடன் வரப்புகளில் தென்னை, வாழை, பப்பாளி மரங்கள் பயிரிடப்பட்டிருந்தன. இதைத் தவிர கத்தரிக்காய், பாகற்காய், ரோஜா செடிகளும் பயிரிடப்பட்டிருந்தன. இந்த தோட்டத்துடன் வேலையாட்கள் தங்குவதற்கு, விருந்தினர்கள் தங்குவதற்கென கட்டிடங்கள் இருந்தன. அவற்றை 91-96 காலகட்டத்தில் புதிதாக மிக உயர்ந்த காம்பவுண்டு சுவர் கட்டி மறைத்திருந்தார் ஜெ. இந்த தோட்டத்தை வருமானத்துக்கு அதிகமான சொத்துக்குவிப்பு வழக்கு பதிவு செய்தபின் ஆந்திர மாநிலம் ரங்காரெட்டி மாவட்டத்தின் தோட்டக் கலைத்துறை உதவி இயக்குநர் கே.ஆர்.லதா தமிழ்நாடு லஞ்ச ஒழிப்பு போலீசாரின் துணையுடன் ஆய்வு செய்தார்.

15 வருடம் வயதுடைய அந்த திராட்சை செடிகள் மற்றும் பணம் தரும் பழம் மற்றும் காய்கறிகள் மூலம் 5 லட்சத்து 78 ஆயிரத்து 340 ரூபாய் வருமானம் வரும் என கே.ஆர்.லதா குழுவினர் கணக்கு போட்டனர். அதை அரசு தரப்பும் ஜெ.வின் விவசாய வருமானமாக கணக்கிட்டு குற்றப்பத்திரிகையில்

திராட்சைத் தோட்டம்

சேர்த்தனர். ஆனால் ஜெ. இதை ஏற்கவில்லை. திராட்சை தோட்டத்தின் மூலம் ஒரு வருடம் சராசரியாக 8 லட்ச ரூபாய் வருமானம் வந்ததாக அவர் வருமானவரித் துறை கணக்குகளில் காண்பித்திருப்பதாகவும் அதைப் பற்றி வருமானவரித்துறை சந்தேகம் எழுப்பியபோது அதை எதிர்த்து வருமான வரித்துறையின் உயர்மட்ட தீர்ப்பாயத்தில் அப்பீல் செய்ததாகவும் அதை அந்தத் தீர்ப்பாயம் ஏற்றுக் கொண்டது என்று ‘எனக்கு திராட்சை தோட்டத்தில் கிடைத்ததாக லஞ்ச ஒழிப்புத்துறை சொன்ன 5 லட்சத்து 78,340 ரூபாயை விட 10 மடங்கு அதிக தொகையாக 52 லட்சத்து 50 ஆயிரம் ரூபாய் கிடைத்தது’ என்றார்.

ஆனால் ஜெ. வருமானவரித்துறையினரிடம் சில உண்மைகளை ஒப்புக்கொண்டிருக்கிறார். ஹைதராபாத் திராட்சை தோட்டத்தில் விளையும் திராட்சைகள் மூலமாக ஒவ்வொரு வருடமும் எவ்வளவு வருமானம் கிடைக்கிறது என்பதை நிரூபிக்கும் எந்த கணக்கு வழக்கு புத்தகமும் என்னிடம் இல்லை என ஒத்துக்கொண்டிருக்கிறார். அதேபோல் எத்தனை ஏக்கரில் திராட்சை செடிகள் அமைந்துள்ளன என்பதை விளக்கும் எந்த சாட்சியமும் இல்லை. அத்துடன் எத்தனை வயதுடைய திராட்சை மரங்கள் அங்கு பயிரிடப்பட்டிருந்தன என்பதையும் ஜெ.வால் வருமானவரித்துறையில் நிரூபிக்க முடியவில்லை.

ஆனால் ஜெ. திராட்சை தோட்டம் வைத்திருந்தது உண்மை. அதில் அவருக்கு வருமானம் வந்ததும் உண்மை. ஜெயலலிதாவால் தெளிவான ஆதாரங்களுடன் அந்த வருமானத்தை நிரூபிக்க முடியவில்லை என்பதால் அவர்

சொல்வதை முற்றிலும் பொய் என தள்ளுபடி செய்ய முடியாது.

ஹைதராபாத்தில் ஜெ.விடமிருந்த பதினான்கரை ஏக்கர் நிலத்தில் பத்து ஏக்கர் நிலத்தில் திராட்சை பயிரிடப்பட்டிருந்தது. அந்த சமயத்தில் இருந்த திராட்சை விலை மற்றும் பணம் தரும் பயிர்களின் விலைகளில் நிகழ்ந்த ஏற்ற இறக்கத்தைப் பற்றி குற்றவாளிகள் தரப்பு கோர்ட்டில் கூறியிருந்தார்கள். அதன்படி திராட்சையின் மூலம் கிடைத்த வருமானம் ஏக்கருக்கு 20,000 என நான் முடிவுக்கு வருகிறேன். அதன்படி வருடத்திற்கு பத்து லட்சம் ஜெ. திராட்சை தோட்டத்தின் மூலம் வருமானம் பெற்றிருக்கிறார். எனவே அரசு தரப்பு திராட்சை தோட்டத்தின் மூலம் பெற்ற வருமானம் என சொன்ன 5 லட்சத்து 78 ஆயிரத்து 340 ரூபாயை நான் நிராகரிக்கிறேன். ஜெ.வுக்கு பத்து லட்ச ரூபாய் திராட்சை தோட்டத்திலிருந்து 91-96 காலகட்டத்தில் கிடைத்தது என நான் முடிவு செய்கிறேன்.

ஜெ. பங்குதாரராக இருக்கும் ஜெயா பப்ளிகேஷன்ஸ் நிறுவனம் விழுப்புரம் மாவட்டம் பொயப்பாக்கம் மற்றும் மகாராஜபுரம் கிராமத்தில் 65.57 ஏக்கர் நிலத்தை டி.எஸ்.ஆர். வாசுதேவன் என்பவருக்கு குத்தகைக்கு விட்டு விவசாயம் செய்ததில் 91-96 காலகட்டத்தில் 60 லட்சத்து 45 ஆயிரத்து 665 ரூபாய் வருமானம் வந்ததாக குறிப்பிட்டுள்ளார்கள்.

ஜெயா பப்ளிகேஷன் எதற்காக தொடங்கப்பட்டது என அந்த கம்பெனி குறித்த பதிவுகளில் இருந்து பார்க்கும் போது பத்திரிகை அச்சடித்தல், புத்தகங்கள் வெளியிடுவதுதான் இந்த கம்பெனியின் நோக்கம் என பதிவு செய்யப்பட்டுள்ளது. அந்த கம்பெனி ஏன் விவசாய வேலைகளில் ஈடுபட்டது என்பதற்கு உரிய விளக்கமில்லை. திராட்சை தோட்ட வருமானத்தை போலவே இந்த விவசாய வருமானத்தையும் ஜெ. வருமானவரித் துறையிடம் பதிவு செய்கிறார். அதை அவர்கள் ஏற்காதபோது வருமானவரித்துறையின் உயர் மட்ட தீர்ப்பாயத்தில் அப்பீல் செய்கிறார். அந்தத் தீர்ப்பாயம் அதை ஏற்கிறது.

விழுப்புரம் விவசாய நில வருமான விவரங்களை வருமானத்துக்கு அதிகமான சொத்துக்குவிப்பு வழக்கு பதிவு செய்த பிறகுதான் வருமான வரித்துறையிடம் ஜெ. தாக்கல் செய்கிறார். விழுப்புரத்தில் அமைந்துள்ள விவசாய நிலத்தில் என்ன பயிரிட்டார். அதை அவர் எங்கே விற்றார். எப்படி 60 லட்சத்து 45 ஆயிரத்து 665 ரூபாய் வருமானம் ஜெ.வுக்கு வந்தது என்பதை நிரூபிக்க அவரது வருமான வரி கணக்கு தவிர வேறு

ஆவணமோ நேரடி சாட்சியங்களோ இல்லை. எனவே ஜெ.வின் இந்த கோரிக்கையை நான் நிராகரிக்கிறேன்.

சுதாகரன் சூப்பர் டூப்பர் டெலிவிஷன் என்கிற கம்பெனியையும் சசிகலாவின் உறவினர் டி.வி.சுந்தரவதனம் ஆஞ்சநேய பிரிண்டர்ஸ் என்கிற கம்பெனியையும் நடத்தி வியாபாரம் செய்ததாக சொல்கிறார்களே?

நீதிபதி மைக்கேல் டி குன்ஹா: சுதாகரன் சூப்பர் டூப்பர் என்கிற கம்பெனியை நடத்தி கேபிள் டி.வி. தொழிலில் ஈடுபட்டார். டி.வி. சுந்தரவதனமும் சசிகலாவும் சேர்ந்து ஆஞ்சநேயா பிரிண்டர்ஸ் என்கிற நிறுவனத்தை தொடங்கி, தமிழக அரசுக்கு தேவையான புத்தகங்கள் மற்றும் அ.தி.மு.க. ஆட்சிக்கு தேவையான பிரசுரங்களை அச்சடித்தார்கள். சூப்பர் டூப்பர் டி.வி. கேபிள் ஆபரேட்டர்களிடம் பணம் பெற்று தொழில் நடத்தியது என குற்றவாளிகள் தரப்பில் சொல்லப்பட்டது. சூப்பர் டூப்பர் கேபிள் டி.வி. நிறுவனம் 1994-ம் ஆண்டே மூடப்பட்டது. ஆனால் அந்த கம்பெனியின் வங்கிக் கணக்கிலிருந்து சசி, இளவரசி, சுதாகரன் பெயரில் சொத்துகள் வாங்க பணம் மாற்றும் வேலையில் தொடர்ந்து ஈடுபட்டு வந்தது. ஆஞ்சநேயா பிரிண்டர்ஸ் மூலம் வருமானம் வந்ததாக குற்றவாளிகள் தரப்பில் கணக்கு காண்பிக்கப்படுகிறது. அதை நிரூபிக்கும் வகையில் எந்த ஆதாரத்தையும் குற்றவாளிகள் தரப்பு தாக்கல் செய்யவில்லை. இந்த நிறுவனங்களும் பெயருக்கு மட்டுமே இயங்கியது. இந்த கம்பெனிகளின் பெயரில் ஜெ.வின் ஊழல் பணம் பல்வேறு சொத்துக்களை வாங்க பயன்பட்டது.

ஜெ. சுமார் 2 கோடி ரூபாய் சொத்தை முதல்வர் ஆவதற்கு முன்பே வைத்திருந்தார். பல்வேறு கம்பெனிகளில் முதலீடு செய்திருந்தார். அதில் வந்த வட்டியே பல லட்ச ரூபாய் வந்திருக்குமே. அதெல்லாம் ஜெ.வின் வருமானமாக கணக்கில் கொள்ளப்பட்டதா?

நீதிபதி ஜான் மைக்கேல் டி குன்ஹா: ஜெ.வுக்கு அவரது முதலீடுகள் மூலமாக வந்த வட்டித்தொகை முறையாக கணக்கில் எடுத்துக் கொள்ளப்பட்டு, 91-96 காலகட்டத்தில் அவரது வருமானம் என கணக்கிடப்பட்டுள்ள 9 கோடியே 9 லட்சத்து 5 ஆயிரத்து தொண்ணூற்று நான்கு ரூபாய் தொகையில் சேர்க்கப்பட்டுள்ளது.

"அவருக்குத் தெரிந்தே நடந்தது"

ஏசுபிரான் சிலுவையில் அறைந்து கொல்லப்பட்டபோது அதை ஒரு சாதாரண நிகழ்வாகத்தான் அனைவரும் பார்த்தார்கள். அவர் மூன்றாவது நாள் உயிர்த்தெழுந்தபோதுதான் அவர் கடவுளானார், கிறிஸ்துவ மதம் தோன்றியது. அதேபோல 'ஊழல் என்ன பெரிய ஊழல்? ஊழலை யார் செய்யவில்லை, ஊழலை ஒழிக்க முடியாது' என ஊழலைப் புகழ்ந்து

நீதிபதி குன்ஹா பதில்கள் 73

பாடியவர்கள், ஊழல் செய்து சொத்து சேர்த்ததற்காக தமிழகத்தின் சிட்டிங் முதல்வரான ஜெ.வுக்கு 4 வருடம் தண்டனை, 100 கோடி ரூபாய் அபராதம் என ஜான் மைக்கேல் டி குன்ஹா அளித்த தீர்ப்பைக் கேட்டதும் அதிர்ந்துபோனார் கள். ஊழலுக்கு எதிராக குரல் கொடுத்தவர்கள் உற்சாக மடைந்தார்கள். ஊழல் எதிர்ப்பு இயக்கம் வலுப்பெற்றது. இன்று அரசு அலுவலகங்களில் லஞ்சத்திற்காக கைநீட்டும் அரசு அதிகாரிகளைக்கூட 'உங்க முதலமைச்சருக்கு ஊழலுக் காக வழங்கப்பட்ட தண்டனையைப் பார்த்துமா நீங்க திருந்தவில்லை?' என சாதாரணமாக மக்கள் கேட்கும் சூழலை டி குன்ஹா அளித்த தீர்ப்பு ஏற்படுத்தியுள்ளது.

சொத்துக் குவிப்பு வழக்கில் ஜெ.வுடன் இருந்தவர்கள்தான் நிறைய தவறு செய்ததாக தீர்ப்பில் குறிப்பிட்டிருக்கிறீர்கள். ஒரு மாநிலத்தின் முதல்வர் என்கிற பெரிய பொறுப்பை கையாளும் ஜெ. போன்றவர்களுக்கு தன்னைச் சுற்றியிருப் பவர்கள் செய்யும் செயல்கள் அனைத்தும் தெரிந்திருக்க வாய்ப்பில்லை என்கிறார்கள். உண்மையில் இந்த ஊழலில் ஜெ.வின் பங்கு என்ன?

நீதிபதி ஜான் மைக்கேல் டி குன்ஹா : ஜெ. 96-ல் முதல்வராவதற்கு முன்பு சுமார் 2 கோடி ரூபாய் அளவிற்கு சொத்து இருந்ததாக அவரே நீதிமன்றத்தில் தாக்கல் செய்த ஒரு மனு மூலம் தெரிவித்துள்ளார். முதல்வராக அவர் இருந்த காலகட்டத்தில் குற்றவாளிகள் 4 பேருக்கும் சுமார் 9 கோடியே 34 லட்ச ரூபாய் வருமானம் வந்துள்ளது. அதில் ஜெ.வுக்கு மட்டும் தனிப்பட்ட முறையில் 3 கோடியே 50 லட்ச ரூபாய் வருமானம் வந்துள்ளது. அதேபோல் குற்றவாளிகள் அனைவரும் 91-96 காலகட்டத்தில் சுமார் 12 கோடி ரூபாய் செலவு செய்திருக்கிறார்கள். அதில் ஜெ. மட்டும் தனியாக 9 கோடி ரூபாய் செலவு செய்துள்ளார் என அரசுத் தரப்பு தனது குற்றப்பத்திரிகையில் விவரமாகச் சொல்கிறது.

ஜெ.வுக்கு வந்த வருமானத்தில் ஜெ. முதல்வராக இருந்த 27 மாதங்களில் பெற்ற 27 ரூபாய் சம்பளம், ஐதராபாத் திராட்சைத் தோட்ட வருமானம், பல்வேறு வங்கிகளில் போடப்பட்ட பிக்ஸட் டெபாசிட்டுகளில் கிடைத்த வட்டிகள்

போன்றவை அடங்குகிறது. ஜெ.வின் செலவுகளில் வளர்ப்புமகன் கல்யாணம், மெட்ரோ வாட்டர், சென்னை மாநகராட்சி போன்றவற்றிற்கு கட்டிய பணம் போன்றவை அடங்கும்.

இதையெல்லாம் தாண்டி ஜெ. 24-06-1992-ஆம் ஆண்டு கொண்டாடிய 44-வது பிறந்தநாள் விழாவில் மட்டும் 2 கோடியே 15 லட்ச ரூபாய் மதிப்புள்ள பொருட்களைப் பரிசாக நேரடியாகப் பெற்றுள்ளார். 77 லட்சத்து 52 ஆயிரம் ரூபாய் மதிப்புள்ள வெளிநாட்டு கரன்ஸியையும் அவர் பெற்றுள்ளார்.

போயஸ் கார்டனில் உள்ள பழைய வீட்டையும், புதிதாக ஒரு ஐந்து மாடி கட்டிடத்தையும் 7 கோடியே 25 லட்ச ரூபாய் செலவில் கட்டி அதில் 2 கோடியே 20 லட்ச ரூபாய் செலவில் நவீன வசதிகளைப் பொருத்தியுள்ளார்.

அத்துடன் எந்தக் கணக்கிலும் வராத 416 கிலோ வெள்ளிப் பொருட்களை ஜெ. வைத்திருந்தார். அதன் மதிப்பு சுமார் 21 லட்சம். தங்கம் மற்றும் வைர நகைகள் சுமார் 7040 கிராம். 91-96 காலகட்டத்தில் ஜெ. முதல்வராக இருந்தபோது வாங்கியுள்ளார். அதன் மதிப்பு 2 கோடியே 51 லட்ச ரூபாய்.

ஜெ.வின் 36, போயஸ் கார்டன் முகவரியில் செயல்பட்ட கம்பெனிகள் சுமார் 23 கோடி ரூபாய்க்கு புதிய கட்டிடங்கள் கட்டியிருக்கிறது. 3,000 ஏக்கர் அளவிற்கு நிலங்களை வாங்கிப் போட்டிருக்கிறது. அ.தி.மு.க.வின் பொதுச்செயலாளரான ஜெ.வின் நேரடி மேற்பார்வையில் இயங்கும் எம்.ஜி.ஆர். பத்திரிகை மட்டும் 91-96 காலகட்டத்தில் 15 கோடி ரூபாய் வருமானம் பெற்றிருக்கிறது.

இந்த செயல்களிலெல்லாம் ஜெ.வை சுற்றியிருந்த சசிகலா, சுதாகரன், இளவரசி ஆகியோர் ஈடுபட்டிருக்கிறார்கள். ஒரு மாநிலத்தின் முதலமைச்சராக பொறுப்பு வகிக்கும் ஜெ. தன்னை சுற்றியிருப்பவர்கள் செய்யும் செயல்கள் பற்றி எனக்குத் தெரியாது என கோர்ட்டில் அளித்த வாக்குமூலத்தில் சொல்கிறார். ஆனால் ஜெ.வின் 44-வது பிறந்தநாளுக்கு அளிக்கப்பட்ட பொருட்களை சசிகலா தங்கும் இடத்தில் வைத்துப் பராமரித்துள்ளார். இது சசிக்கும் ஜெ.வுக்கும் சாதாரண நிலையிலான உறவைத் தாண்டிய ஒரு உறவுமுறை இருந்துள்ளதைத் தெளிவாகக் காட்டுகிறது.

சசி, இளவரசி, சுதாகரன் ஆகிய மூவரும் 'எங்களுக்கு தனிப்பட்ட வாழ்க்கை உள்ளது. தனிப்பட்ட வியாபாரம் உள்ளது' என்றும் 'தாங்கள் நிலம் மற்றும் சொத்துக்களை

வாங்கியது தங்களுக்கு வியாபாரம் மூலமாகக் கிடைத்த பணத்தில்தான்' எனவும் வெளிப்படையாக கோர்ட்டில் சொல்கிறார்கள். இப்படி தனியாக எல்லாம் செய்யும் வல்லமை படைத்தவர்கள் ஏன் ஜெ.வுடன் ஒரே வீட்டில் தங்கியிருக்க வேண்டும் என்பதற்கு எந்த விளக்கமும் தரப்படவில்லை.

'இவர்கள் ஜெ. வீட்டில் ஒன்றாகத் தங்கியிருப்பதற்கு எந்த சமூகக் காரணங்களும் இல்லை. ஜெ. அவர்களை எந்த மனிதாபிமானத்தின் அடிப்படையிலும் தங்க வைக்கவில்லை. ஜெ. சம்பாதிக்கும் ஊழல் சொத்தில் பங்கு பெறவே மற்ற மூவரும் ஜெ.வுடன் சேர்ந்து ஒரே வீட்டில் வாழ்ந்தார்கள்' என சந்தர்ப்ப சாட்சியங்களும் அதில் வெளிப்படும் உண்மைகளும் தெளிவாக விளக்குகின்றன.

'சசிகலா, இளவரசி, சுதாகரன் ஆகியோர் உருவாக்கிய கம்பெனிகள்தான் சொத்துக்களை வாங்கிக் குவித்தன. அதற்கும் எனக்கும் எந்த தொடர்புமில்லை. சசிகலா, இளவரசி, சுதாகரன் செய்ததாகச் சொல்லப்படும் குற்றத்தில் எனது அரசியல் எதிரிகள் என்னைத் தவறுதலாகச் சேர்த்துவிட்டார்கள்' என ஜெ. சொல்கிறார்.

ஆனால் ஜெ. வருமான வரித்துறையிடம் தாக்கல் செய்ததாக ஒரு ஆதாரத்தை தயார் செய்துள்ளார். வருமான வரித்துறை ஆணையாளரிடம் ஜெ.வின் வருமான வரி தொடர்பாக 31-3-1999ஆம் ஆண்டு அப்பீல் செய்த ஆவணம் அது. அதன்படி ஜெ. 'நான், சசி எண்டர்பிரைசஸ் நிறுவனத்திற்கு 1 கோடி ரூபாய் கடன் கொடுத்தேன்' என ஒப்புதல் வாக்குமூலம் அளித்துள்ளார். அதேபோல் இந்த நீதிமன்றத்தில் தாக்கல் செய்யப்பட்டுள்ள ஆவணங்களில் ஜெ. நேரடியாக குற்றவாளிகளுக்கு செக் மூலம் பணம் கொடுத்ததற்கான ஏராளமான ஆதாரங்கள் உள்ளன. அத்துடன் பல வங்கிகளில் மற்ற குற்றவாளிகள் கடன் பெறுவதற்காக ஜெ. பல சிபாரிசுக் கடிதங்கள் அளித்துள்ளார். இவையெல்லாம் 'ஜெ.வுக்குத் தெரியாமல் தான் இந்த வழக்கில் தொடர்புடைய கம்பெனிகள் இயங்கின. அந்தக் கம்பெனிகளின் செயல்பாட்டில் ஜெ. பங்கெடுக்க வில்லை' என்கிற ஜெ.வின் வாதம் பொய் என நிரூபிக்கிறது.

ஜெ. உட்பட குற்றவாளிகள் நான்குபேரும் ஒரே வீட்டில் குடியிருந்து, ஜெ. ஊழல் மூலமாக சம்பாதித்த பணத்தை கூட்டாக சதி செய்து பரிமாறிக்கொண்டனர். அதன்மூலம் சொத்துக்கள் வாங்கிக் குவித்தனர். அதற்காக முதல்வராக இருந்த ஜெ.வின் நிர்வாகத்தின் கீழ் வரும் அரசு எந்திரத்தை

தவறாகப் பயன்படுத்திக்கொண்டனர். அதன்மூலம் 53 கோடியே 60 லட்சத்து 49 ஆயிரத்து 954 ரூபாய் சொத்தை 91-96 காலகட்டத்தில் வருமானத்துக்கு அதிகமாகச் சேர்த்தனர். அதில் மிக முக்கியமான பங்கு ஜெ.வுக்கு உண்டு. முதல் குற்றவாளியான அவருக்கு 4 ஆண்டு சிறையும், 100 கோடி ரூபாய் அபராதமும் ஊழல் தடுப்புச் சட்டத்தின் கீழ் விதிக்கிறேன்.

ஜெ.வுக்கு 4 வருடம் தண்டனை, மக்கள் பிரதிநிதித்துவ சட்டப்படி ஜெ. தேர்தலில் 6 வருடம் நிற்க முடியாது என மிகவும் லேட்டாக தமிழக அரசு அறிவித்துள்ளது. தமிழக அரசுக்கு இந்தத் தீர்ப்பு குறித்து எப்பொழுது தெரிவிக்கப் பட்டது?

நீதிபதி ஜான் மைக்கேல் டி குன்ஹா : செப்டம்பர் மாதம் 27-ந் தேதி ஜெ.வுக்கு எதிரான சொத்துக் குவிப்பு வழக்கில் நான் தீர்ப்பளித்தேன். அன்றைய தினமே, ஜெ.வுக்கு எதிராக வழங்கப்பட்ட தீர்ப்பைப் பற்றியும், தண்டனையைப் பற்றியும் தமிழ்நாடு கவர்னருக்கும், தமிழ்நாடு சட்டப்பேரவை சபாநாயகருக்கும் ஃபேக்ஸ் மூலமாகவோ, கூரியர் மூலமாகவோ தகவல் தெரிவிக்குமாறு உத்தரவிட்டேன். அன்றைய தினமே தகவல் அறிவிக்கப்பட்டுவிட்டது.

ஜெ.வுக்கு எதிரான சொத்துக்குவிப்பு வழக்கில் அவர் நான்கு ஆண்டுகள் தண்டனை பெற்றது, தமிழக மக்களை அதிர்ச்சிக்குள்ளாக்கியது. பெரும்பான்மையானோர் ஜெ.வுக்கு எதிரான சொத்துக்குவிப்பு வழக்கில் அவருக்கு தண்டனை கிடைக்கும் என எதிர்பார்க்கவில்லை. அதற்குக் காரணம் நக்கீரன் உட்பட சில பத்திரிகைகளைத் தவிர பெரும்பான்மையான அச்சு ஊடகங்களும், அரசு கேபிள் டி.வி. தயவில் இயங்கும் காட்சி ஊடகங்களும் ஜெ. வழக்கு பற்றி செய்தி வெளியிடுவதில் ஒருவிதமான இருட்டடிப்பைச் செய்துவந்தன. இந்தச் செய்தித் தீண்டாமையால் சொத்துக் குவிப்பு வழக்கு பற்றி விபரம் தெரியாமல் இருந்த தமிழக மக்கள், திடீரென ஜெ. சிறையிலடைக்கப் பட்டதும் என்னவென்று புரியாமல் திகைத்தனர். ஆனால் நக்கீரன் வாசகர்கள் ஜெ.வுக்கு சொத்துக் குவிப்பு வழக்கில் கிடைத்த தண்டனை பற்றி மற்றவர்களைப் போல அதிர்ச்சி யடையவில்லை.

கடந்த 18 ஆண்டுகளாக நடைபெற்ற இந்த வழக்கைப் பற்றிய அனைத்து விபரங்களையும்

ஜெ. வழக்கில் அரசு ஊழியர்கள்!

நக்கீரன் தொடர்ந்து வெளியிட்டு வந்ததே அதற்குக் காரணமாக இருந்தது. தீர்ப்பு வருவதற்கு முன்பே 'நீதிபதி ஜான் மைக்கேல் டி குன்ஹா ஜெ.வை சிறைக்கு அனுப்பும் வாரண்ட்டை தயார் செய்துவிட்டார்' என நக்கீரன் துல்லியமாக வாசகர்களுக்குத் தெரிவித்தது. அதைப் படித்திருந்த நக்கீரன் வாசகர்கள், ஜெ. தண்டனை பெற்றவுடன் செய்திகளின் நம்பகத்தன்மையை தொலைபேசி மூலமாகவும், இணையதள செய்திகள் மூலமாகவும், கடிதங்கள் மூலமாகவும் பாராட்டினார்கள்.

ஊடகங்களைக் கூட உண்மைகளை எழுத முடியாமல் முடக்கி வைத்த ஜெ., இன்று டி குன்ஹா அளித்த தீர்ப்பால் வீட்டுக்குள்ளேயே இருக்கிறார்.

சொத்துக் குவிப்பு வழக்கில் இடம் பெற்ற 32 கம்பெனி கள், 3000 ஏக்கர் நிலத்தை வாங்கியதாக குற்றம்சாட்டப் பட்டுள்ளது. கம்பெனிகள், சொத்துக்கள் வாங்கியது எப்படி குற்றமாகும்?

நீதிபதி ஜான் மைக்கேல் டி குன்ஹா : 91-96 காலகட்டத்தில் ஜெ., தமிழகத்தின் முதல்வராக இருந்தபோது தமிழகம் முழுவதும் 193 அசையா சொத்துக்கள், நிலம், கட்டிடம் என்கிற வடிவத்தில் வாங்கப்பட்டன. அதன் ஒட்டு மொத்த மதிப்பு (பத்திரப்பதிவு அலுவலக ஆவணங்கள்படி) 22 கோடியே 83 லட்சத்து 99 ஆயிரத்து 174 ரூபாய் 70 பைசா ஆகும்.

91-ஆம் வருடம் ஜூலை மாதம் 24-ஆம் தேதி ஜெ., தான் குடியிருக்கும் போயஸ் தோட்ட பங்களாவிற்கு பக்கத்தில் இருக்கும் 1407 சதுர அடியை 10 லட்சத்து 20 ஆயிரம் ரூபாய்க்கு ராஜாராமன் என்பவரிடமிருந்து வாங்குகிறார். அதிலிருந்துதான் சொத்துக்கள் வாங்கிக் குவிக்கும் வைபவம் தொடங்குகிறது. ஜெ. ஜூலை மாதம் தன் பெயரில் சென்னையில் ஒரு வீட்டை வாங்க, சசிகலாவும் அவரது சொந்த கிராமமான மன்னார்குடியில் ஹரித்ரா மேற்குத் தெருவில் 25 ஆயிரத்து 35 சதுர அடி நிலத்தை அடுத்த ஆகஸ்ட் மாதமே 6 லட்சத்து 73 ஆயிரம் ரூபாய் செலவில் வாங்குகிறார்.

செப்டம்பர் மாதத்தில் ஜெயா, சசி இருவரும் இணைந்துள்ள ஜெயா பப்ளிகேஷன்ஸ் சார்பில் அரசாங்கத்துக்குச் சொந்தமான கிண்டி சிட்கோ எஸ்டேட்டில் 4667 சதுர

அடி நிலத்தை 15 லட்ச ரூபாய்க்கு வாங்குகின்றனர்.

92-ஆம் ஆண்டு ஜூலை மாதத்தில் ஜெயா பப்ளிகேஷன்ஸ், சசி எண்டர்பிரைசஸ் ஆகிய இரு நிறுவனங்களும் அரசு நிறுவனமான டான்சி நிறுவனத்திற்கு சொந்தமான நிலத்தை அடிமாட்டு விலையாக சுமார் 3 கோடி ரூபாய்க்கு வாங்குகிறார்கள்.

92-ஆம் ஆண்டு சென்னை நுங்கம்பாக்கம் காதர் நவாஸ்கான் சாலையில் 12 கிரவுண்ட் நிலத்தை கடையுடன் வாங்க ஆரம்பித்ததுதான் சொத்துக் குவிப்பு வழக்கில் இடம் பெற்ற கட்டிடங்கள் வாங்கும் நிகழ்வு. அதன்பிறகு நிலம், கட்டிடம் என தொடர்கிறது. சசிகலா ஏக்கர் கணக்கில் நிலத்தை வாங்குவது 93-ஆம் ஆண்டில்தான். 24-5-1993-ல் காஞ்சிபுரம் மாவட்டம் செய்யூரில் 13 ஏக்கர் நிலத்தை வாங்கும் சசிகலா, அதே வருடம் அக்டோபர் மாதத்தில் சுமார் 40 ஏக்கர் நிலத்தை திருவள்ளூர் மாவட்டம் வெளகாபுரம் கிராமத்தில் ஏக்கருக்கு 10,000 ரூபாய் என வாங்கிக் குவிக்க ஆரம்பித்தார். 13-1-94-ல்தான் சுதாகரன் நிலத்தை வாங்கும் நிகழ்வில் குதிக்கிறார். அவர் டைரக்டராக உள்ள ஆஞ்சநேயா பிரிண்டர்ஸ் சார்பில் தி.நகர் பத்மநாபா தெருவில் ஒரு கட்டிடத்தை 3 லட்ச ரூபாய்க்கு வாங்கி தனது கணக்கைத் துவங்கும் சுதாகரன், அதே வருடத்தில் ரிவர்வே அக்ரோ புராடக்ட்ஸ் என்கிற கம்பெனி பெயரில் திருநெல்வேலி மாவட்டம் சேரகுளம், மீரன்குளம், வள்ளகுளம் ஆகிய கிராமங்களில் 600 ஏக்கர் வாங்கிக் குவிக்கிறார்.

அடுத்த வருடமான 95-ல் காஞ்சிபுரம் மாவட்டம் ஊத்துக்காட்டில் அதேபோல் 100 ஏக்கர் நிலத்தை ரிவர்வே நிறுவனம் சார்பில் சுதாகரன் வாங்கிக் குவித்தார். இதற்கிடையே பையனூரில் இசையமைப்பாளர் கங்கைஅமரனை மிரட்டி நிலம் வாங்கப்படுகிறது. சிறுதாவூரில் சுதாகரன், இளவரசி மற்றும் இளவரசியின் 6 வயது மகனான விவேக் பெயரில் 200 ஏக்கர் நிலம் வாங்கப்பட்டது. அதே 95-ஆம் ஆண்டு மே மாதத்தில் கொடநாடு டீ எஸ்டேட்டுக்கு சொந்தமான 900 ஏக்கர் நிலம் சசிகலா, இளவரசி, சுதாகரன் பெயரில் 7 கோடியே 60 லட்சம் என்கிற தொகைக்கு வாங்கப்பட்டது.

இதைத்தவிர தமிழ்நாடு முழுவதும் மெடொ அக்ரோ ஃபார்ம்ஸ், லெக்ஸ் ப்ராப்பர்ட்டீஸ், ஜெ.எஸ். ஹவுசிங் டெவலப்மெண்ட், ராமராஜ் அக்ரோ மில்ஸ், க்ரீன் ஃபார்ம் ஹவுஸ், ஜெயா ரியல் எஸ்டேட், ஜெ.எஸ். ஹவுசிங்

டெவலப்மெண்ட் சிக்னோரா பிசினஸ் ஆகிய கம்பெனிகள் பெயரில் தொடர்ச்சியாக நிலம் வாங்கிக் குவிக்கப்பட்டது.

இந்த நிலங்களை விற்றவர்களில் ஒருசிலரைத் தவிர மற்றவர்கள் அவர்களுடைய நிலங்களை வாங்கிய ஜெ., சசி, சுதாகரன், இளவரசி ஆகியோரை நேரில் பார்த்ததே இல்லை என கோர்ட்டில் சொன்னார்கள். அதிலும் சிலர் தங்களது நிலங்களை முதலமைச்சர் ஜெ.தான் வாங்குகிறார் என நம்பி விற்றனர். அரசு அதிகாரிகள் தயவுடன் நடந்த இந்த விற்பனையில் பெரும்பான்மையான பத்திரங்கள் வடசென்னை பத்திரப்பதிவு அலுவலகத்தில்தான் பதிவு செய்யப்பட்டன. ஒரேநாளில் திருநெல்வேலி மாவட்டத்தில் உள்ள நிலங்கள், தலைநகர் சென்னையில் உள்ள பத்திரப்பதிவு அலுவலகத்தில் வாங்குபவரின் பெயர் இல்லாமல் பதிவு செய்யும் அதிகார வரம்பு மீறலும் நடந்துள்ளது. இந்த சொத்துப் பத்திரங்களை எழுதி வாங்கவென்றே பத்திரப்பதிவுத் துறையில் பணியாற்றும் அரசு ஊழியர்கள் 24 மணி நேரமும் உட்கார்ந்து எழுதிக் கொடுத்தார்கள். பத்திரப்பதிவு செய்யப்பட்டு குற்றவாளி களுக்குச் சொந்தமான பிறகு அந்த நிலத்தை மேம்படுத்த விவசாயத்துறை அதிகாரிகள் பயன்படுத்தப்பட்டார்கள்.

சொத்து வாங்கிக் குவிக்க குற்றவாளிகள் தொடங்கிய 32 கம்பெனிகளில் 10 கம்பெனிகள் ஒரே நாளில் தொடங்கப்பட் டன. இந்தக் கம்பெனிகள் எல்லாம் ஜெ.வும் சசியும் பங்குதாரர் களாக இருக்கும் ஜெயா பப்ளிகேஷன்ஸ் மற்றும் நமது எம்.ஜி. ஆரின் எக்ஸ்டென்ஷன் கவுன்ட்டர்களாகத்தான் செயல்பட் டன. ஜெ.வும் சசியும் ஏகப்பட்ட பணத்தை ஜெயா பப்ளி கேஷன்ஸ் வங்கிக் கணக்கிலிருந்து இந்தக் கம்பெனிகளின் வங்கிக் கணக்கிற்கு மாற்றினார்கள். கோடிக்கணக்கில் பணம் இப்படி மாற்றப்பட்டதைப் பார்க்கும்போது, இந்தக் கம்பெனிகள் ஜெ.வின் ஊழல் பணத்தை நிலம் மற்றும் சொத் துக்களாக மாற்ற செயல்பட்டவை என தெளிவாகத் தெரிகிறது.

நகை, பணம், சொத்து என... அடுக்கப்படும் புகார்களின் இறுதியில் ஜெ., 66 கோடி ரூபாய் சொத்துக் குவித்தார் என வழக்கு முடிவுக்கு வருகிறது. எந்த அடிப்படையில் இந்த 66 கோடி ரூபாய் கணக்கிடப்படுகிறது?

நீதிபதி ஜான் மைக்கேல் டி குன்ஹா :

1. மொத்தம் வாங்கப்பட்ட நிலம் மற்றும் கட்டிடங்கள்

22 கோடியே 83 லட்சத்து 99 ஆயிரத்து 174 ரூபாய்.

2. சொத்துக்கள் வாங்கக் கொடுத்த கருப்புப் பணம் 2 கோடியே 53 லட்சத்து 80 ஆயிரத்து 619 ரூபாய்.

3. புதிய மற்றும் கூடுதல் கட்டிடங்கள் கட்டிய செலவு 28 கோடியே 17 லட்சத்து 40 ஆயிரத்து 430 ரூபாய்.

4. தங்கம் மற்றும் வைர நகைகள் 5 கோடியே 53 லட்சத்து 2 ஆயிரத்து 334 ரூபாய்.

5. வெள்ளி நகைகள் 48 லட்சத்து 80 ஆயிரத்து 800 ரூபாய்.

6. வங்கியில் போட்டு வைத்த நிரந்தர வைப்புத்தொகை மற்றும் கம்பெனி ஷேர்கள் 3 கோடியே 42 லட்சத்து 62 ஆயிரத்து 728 ரூபாய்.

7. வங்கிக் கணக்கில் மீதமிருந்த தொகை 97 லட்சத்து 47 ஆயிரத்து 751 ரூபாய்.

8. கார், பஸ் போன்ற வாகனங்களின் மதிப்பு 1 கோடியே 29 லட்சத்து 94 ஆயிரத்து 33 ரூபாய்.

9. நமது எம்.ஜி.ஆரில் இருந்த எந்திரங்களின் மதிப்பு 2 கோடியே 24 லட்சத்து 11 ஆயிரம் ரூபாய்.

10. போயஸ் கார்டனிலிருந்த செருப்புக்களின் மதிப்பு 2 லட்சத்து 902 ரூபாய்.

11. போயஸ் கார்டனிலிருந்த சேலைகளின் மதிப்பு 92 லட்சத்து 44 ஆயிரத்து 290 ரூபாய்.

12. போயஸ் கார்டனிலிருந்த வாட்ச்களின் மதிப்பு 15 லட்சத்து 90 ஆயிரத்து 350 ரூபாய்.

இதைத் தவிர வளர்ப்பு மகன் திருமணம், ஜெ.வின் 44-வது பிறந்தநாளுக்கு கிடைத்த பரிசுகள் என 66 கோடி ரூபாய், வருமானத்துக்கு அதிகமான சொத்து என அரசுத் தரப்பு வழக்குத் தொடர்ந்துள்ளது. அதில் வளர்ப்பு மகன் திருமண செலவு, கட்டிட செலவு, நகை மதிப்பீடு, செருப்புகள், சேலைகள் பற்றிய மதிப்பீடு இவற்றில் அரசுத் தரப்பு சொன்ன கணக்கில் சிறு குறைகள் இருந்தன. ஆனால் ஜெ.வுக்கு 53 கோடியே 60 லட்சத்து 49 ஆயிரத்து 954 ரூபாய் மதிப்புள்ள சொத்துக்கள் வருமானத்துக்கு அதிகமாக இருந்தது என அரசுத் தரப்பு தெளிவாக, சந்தேகத்திற்கிடமின்றி கோர்ட்டில் நிருபித்தது.

ஜெ. இவ்வளவு சொத்துக்களை வாங்கிக் குவித்தார் என வழக்கு போட்டிருக்கிறீர்கள். சொத்துக்களை வாங்குவது என்ன பெரிய

82 மக்கள் கேள்வி

குற்றமா? ஜெ.வுக்கு சொத்துக்களை விற்றவர்களிடம் ஆட்சி அதிகாரத்தை பயன்படுத்தி மிரட்டி சொத்துக்கள் வாங்கப்பட்டதா?

நீதிபதி ஜான் மைக்கேல் டி குன்ஹா: ஜெ. மற்றும் குற்றவாளிகள்... ஜெ. 91-ல் முதல்வராவதற்கு முன்பு அவரது மொத்த சொத்து மதிப்பு 2 கோடி ரூபாய்தான். 96-ம் ஆண்டு அவர் முதல்வர் பதவியிலிருந்து விலகும்போது குற்றவாளிகளின் சொத்து மதிப்பு 53 கோடியே 60 லட்சத்து 49 ஆயிரத்து 954 ரூபாய்கள். இந்த மதிப்பு 2014-ல் உள்ள மார்க்கெட் மதிப்பு அல்ல. அந்த காலகட்டத்தில் போடப்பட்ட மதிப்பீடுதான் இது. அந்த காலகட்டத்தில் 900 ஏக்கர் மதிப்புள்ள கொடநாடு டீ எஸ்டேட்டை வெறும் ஏழரை கோடி ரூபாய்க்கு ஜெ. வாங்கினார். கிரேக் ஜோன்ஸ் என்பவருக்கு சொந்தமான அந்த டீ எஸ்டேட்டை திருமதி சசிகலா, திருமதி குணபூரணம், இளவரசி, சுதாகரன் ஆகியோர் பெயரில் வாங்குவதற்கு முன்பு மறைந்த பிரபல தொழிலதிபர் ராமசாமி உடையாரின் மருமகளான ராதா வெங்கடாச்சலம் மற்றும் அவரது கணவரின் சகோதரிகள் அமுதா ஆண்டாள் ஆகியோர் பெயரில் வாங்கப்பட்டது. அதன்பிறகு அந்த சொத்தை சசிகலா வகையறாக்கள் வாங்கிக் கொண்டனர். இந்த சொத்தை வாங்குவதற்கான பணம் ஜெ. மற்றும் சசி ஆகியோரின் கணக்குகளில் இருந்துதான் அளிக்கப்பட்டுள்ளது என்றாலும்... கொடநாடு எஸ்டேட்டை குற்றவாளிகள் நேரடியாக வாங்காமல் ராமசாமி உடையாரின் குடும்பத்தினர் மூலமாக வாங்கியுள்ளனர்.

இந்த கொடநாடு எஸ்டேட்டை எப்படி ஜெ. வாங்கினார் என்பதற்கான ஆதாரம் சொத்துக்குவிப்பு வழக்கு சாட்சியங்களிலிருந்து நக்கீரனுக்கு கிடைத்தது. நீதிபதி ஜான் மைக்கேல் டி குன்ஹா... ராமசாமி உடையாரின் குடும்பத்தினர் கொடநாடு எஸ்டேட்டை ஜெ. வகையறாக்கள் வாங்குவதற்கு முன்பு வாங்கி ஜெ.விடம் கொடுத்தார்கள் என இரண்டு வரிகளில் குறிப்பிடும் சம்பவத்திற்கான உண்மையான பின்னணி என்ன என தெரிந்தது.

உடையாரின் மருமகள் ராதா வெங்கடாச்சலம் சிறப்பு நீதிமன்றத்தில் அளித்த சாட்சியத்தில் 'எனது மாமனார் ராமசாமி உடையாருக்கு ஜெ.வை நன்றாக தெரியும். தொழில் நிமித்தமாக அலுவலகத்திலும் வீட்டிலும் ஜெ.வை உடையார்

சந்திப்பார். 1995ம் வருடம், பிப்ரவரி மாதம் கிரேக் ஜோன்ஸ் என்பவரிடமிருந்து ஏழரை கோடி ரூபாய்க்கு நாங்கள் கொடநாடு டீ எஸ்டேட்டை வாங்கினோம். அதே 1995-ம் வருடம் மே மாதம் நாங்கள் 10 லட்ச ரூபாய் அதிக விலை வைத்து கொடநாடு எஸ்டேட்டை திருமதி சசிகலா வகையறாக்களுக்கு விற்றோம். கொடநாடு எஸ்டேட்டை சசிகலா வாங்குவதற்கான அனைத்து ஏற்பாடுகளையும் எனது மாமனாரான ராமசாமி உடையார்தான் செய்தார்' என சொல்லி யிருக்கிறார்.

கொடநாடு எஸ்டேட்டின் உண்மையான உரிமையாளரான கிரேக் ஜோன்ஸ் அளித்த சாட்சியத்தில் கொடநாடு எஸ்டேட்டை வாங்குவதற்கு ராஜரத்தினம் என்பவரும் ஜெ.வும் மோதினார்கள். இந்த பேச்சுவார்த்தை யின்போது நம்பர் பிளேட் இல்லாத வேன்களில் குண்டர்கள் கம்புகளுடன் வந்து கொடநாடு எஸ்டேட்டை சென்னையை சேர்ந்தவர்களுக்கு விற்க வேண்டும் என எனது அலுவலகத்திற்கு வந்து மிரட்டி விட்டுச் சென்றார்கள். அது தொடர்பாக 25-10-1993 அன்று சூலூர் காவல் நிலையத்தில் நான் புகார் கொடுத்தேன். அடுத்தநாள் நீலகிரி மாவட்ட கண்காணிப்பாளர் என்னை நேரில் சந்தித்து 'புகாரை திரும்ப பெற்று கொள்ளுங்கள்' என சொன்னார். நான் 26-10-1993 அன்று புகாரை திரும்பப் பெற்றுக் கொண்டேன். நான் எனது எஸ்டேட்டை ஒன்பது கோடியே 50 லட்சத்திற்கு விலை நிர்ணயம் செய்து விலைபேசிக் கொண்டிருந்தேன். சென்னையைச் சேர்ந்த அடிசன் குழுவும் மற்றும் சவுத் இந்தியா ஷிப்பிங் கார்ப்பரேஷன் ஆகியோர் எஸ்டேட்டை விலைக்கு வாங்க பேச்சுவார்த்தையில் ஈடுபட்டு இருந்தனர்.

எனது எஸ்டேட்டை வாங்க என்னிடம் பேசிக் கொண்டிருந்தவர்களை அரசியல் அதிகார சக்திகள் தலையிட்டு அவர்களை வாங்க விடாமல் செய்துவிட்டனர். அந்த நேரத்தில் பிரபல தொழிலதிபர் ராமசாமி உடையார், அர்ஜுன் லால் என்பவரை என்னிடம் அனுப்பினார். அவர் எஸ்டேட்டை ராமசாமி உடையார் வாங்கப் போவதாக என்னிடம் விலை பேசினார். தமிழக அரசின் அட்வகேட் ஜெனரலாக இருந்த திரு.கிருஷ்ணமூர்த்தி வீட்டில் பேச்சுவார்த்தை நடந்தது. நான் ஒன்பதரை கோடி விலை என சொன்னேன். அவர்கள் ஏழரை கோடி என விலை சொன்னதோடு, கூடவே எஸ்டேட் பெயரில் இருந்த சில கடன்களை அடைப்பதாக வாக்குறுதி

CR No. 102048/14 by IIIrd party 491 O/V
Sri C.P. Jitendra

(2)

DEPOSITION OF WITNESS
(Chapter XXIII Code of Criminal Procedure)
IN THE COURT OF SPECIAL JUDGE No. I/XI. ADDL. JUDGE
CHENNAI-1
Spl. Calendar Case No. 7/97

Deposition of Witness for Prosecution PW 88

9666
9672

Name	:	ராதா வெங்கடாசலம்
Father's Name	:	வெங்கடாச்சலம்
Village	:	75, சா.சி.வி. ராமன் ரோடு, ஆழ்வார்பேட்டை,
Taluk	:	சென்னை-18
Calling	:	
Age	:	36.

Solemnly affirmed in accordance with the provisions of Act X of 1873 on the 26th day of October 1999 & 27.1.2003

Chief Examination

நான் போரூர் ராமச்சந்திரா மருத்துவமனையில் பதிவாளராக் பணி புரிகின்றேன். அது நிகர்நிலை பல்கலைக்கழகம் ஆகும். திரு.எம்.பி.(வி.) ராமசாமி உடையார் என்னுடைய மாமனார். அவர் மறைந்துவிட்டார். அவர் ஓரியான் கெமிக்கல்ஸ் & டிஸ்டலரீஸ் லிமிடெட், மோகன் பிரிவரீஸ் & டிஸ்டலரீஸ் லிட்., தமிழ்நாடு கெமிக்கல்ஸ் புராடக்ட்ஸ், திருமகள் மில்ஸ் லிட், பின்னி மில்ஸ், திருவள்ளுவர் டெக்ஸ்டைல்ஸ், ராமச்சந்திரா மருத்துவக் கல்லூரி ஆகியவைகளில் நிர்வாக இயக்குநர் மற்றும் தலைவராக இருந்தார். என் மாமனாருக்கு முன்னாள் முதல்வர் செல்வி ஜெயலலிதாவை தெரியும். என் மாமனார் தொழிலதிபர் என்ற முறையில் முன்னாள் முதல்வர் செல்வி ஜெயலலிதாவை தொழில் நிமித்தமாக அலுவலகத்திலும் வீட்டிலும் சந்தித்ததாக என்னிடம் சொல்லியிருக்கிறார். Radha Venkatachalam 26/10/99

COURT OF THE CITY CIVIL AND SESSIONS JUDGE BANGALORE

கிரேக் ஜோன்ஸ் வாக்குமூலம்

DEPOSITION OF WITNESS

(Chapter XXIII Code of Criminal Procedure)

IN THE COURT OF SPECIAL JUDGE No. I/XI ADDL. JUDGE

CHENNAI-1

Spl. Calendar Case No. 7/97 9678.

Deposition of Witness for Prosecution

Name : பீட்டர் /கிரேக் ஜோன்ஸ் அ.சா.89

Father's Name : வில்லியம் தாமஸ்

Village : 6 வீடு, கோத்தகிரி ரோடு, குன்னூர்.

Taluk :

Calling :

Age : 42

Solemnly affirmed in accordance with the provisions of Act X of 1873 on the 26th day of October 1999.

Chief Examination

என் பெற்றோர்கள் இங்கிலாந்து பிரஜைகள். எனக்கு 4 சகோதரிகள். அவர்கள் மார்கரெட், கிரிஸ்டின், ரோசலின் மற்றும் டயான் ஆவார்கள். என் தயார் டோரத்தி ஜாய். மார்கரெட் மற்றும் கிரிஸ்டின் ஆகிய என் சகோதரிகள் இங்கிலாந்தில் உள்ளனர். மற்ற 2 சகோதரிகள் இந்தியாவில் பெங்களூரில் வசிக்கின்றனர். குடகுநாட்டில் காபி எஸ்டேட் எங்களுக்கு உள்ளது. எங்களுக்கு மொத்தம் 298 ஏக்கர் காபி எஸ்டேட் உள்ளது. காபி கொட்டைகளை நாங்கள் பெங்களூரிலிருந்து ஏற்றுமதி செய்வோம். ஆந்திரா வங்கி மற்றும் விஜயா வங்கி, பெங்களூரில் எங்களுக்கு வங்கி கணக்குகள் உள்ளது. 1975ம் வருடம் கோத்தகிரியில் உள்ள கொடநாடு டீ எஸ்டேட்டை சுமார் ரூ.33 லட்சத்திற்கு விலைக்கு வாங்கினோம். நாங்கள் 1975ம் வருடம் கொடநாடு டீ எஸ்டேட்டை வாங்கியபோது அதனுடைய விஸ்தீரணம் 958 ஏக்கர்களாகும்.

26/10/99

அளித்தார்கள். அவர்கள் எந்த கடன்களையும் அடைக்க வில்லை. அதனால் குறைந்தபட்சம் பேசிய தொகையை கொடுங்கள் என கேட்டு நாங்கள் அந்த எஸ்டேட்டை விட்டு வெளியேறினோம். எங்களது எஸ்டேட்டை வாங்க ஜெ. நேரடியாக வந்து பார்த்தார். அரசு அதிகாரிகள் வந்து ஆய்வு செய்தனர். நான் நேரடியாக ஜெ.வுக்கு எஸ்டேட்டை விற்கவில்லை. உடையார் குடும்பத்தினரிடம்தான்... உடையாரின் உறவினரான அட்வகேட் ஜெனரல் கிருஷ்ணமூர்த்தி மூலமாகத்தான் எஸ்டேட்டை உடையாருக்கு விற்றேன் என சாட்சியம் அளித்துள்ளனர்.

அரசியல் அதிகாரம் மிக்க ஜெ.வுக்கு கொடநாடு எஸ்டேட்டை விற்க கிரேக் ஜோன்ஸ் விரும்பவில்லை. அதனால் அவர் குண்டர்களால் மிரட்டப்பட்டார். காவல்துறை அந்த மிரட்டல் குறித்து அவர் கொடுத்த புகாரை ஏற்கவில்லை. கொடநாடு எஸ்டேட்டை வாங்க முயற்சித்த இரு கம்பெனிகள் ஜெ. கொடுத்த மிரட்டல் காரணமாக அதை வாங்கவில்லை. கடைசியாக அட்வகேட் ஜெனரலாக பதவி வகிக்கும் கிருஷ்ணமூர்த்தி மூலம் கிரேக் ஜோன்ஸ் சொன்ன ஒன்பதரை கோடி ரூபாய் மதிப்புள்ள கொடநாடு எஸ்டேட்டை ஏழரை கோடிக்கு அடிமாட்டு விலைக்கு உடையார் வாங்கி அதை ஜெ.வுக்கு தாரை வார்த்திருக்கிறார்.

கொடநாடு எஸ்டேட் தொடர்பான பேரங்கள் நடந்து கொண்டிருந்தபோது அட்வகேட் ஜெனரலாக இருந்தவர் வேறொரு பிரபல வழக்கறிஞர். அவர் இதுபோல சொத்து களை வாங்கிக் குவிப்பதை எதிர்த்து கருத்து தெரிவித் திருக்கிறார். அதனால் அவரிடமிருந்து அட்வகேட் ஜெனரல் பதவி பறிக்கப்பட்டது. ராதா மூலமாக நிலத்தை வாங்கி வசப்படுத்தலாம் என ஆலோசனை தந்து செயல்படுத்தியவருக்கு பதவி கொடுத்து அழகு பார்த்தவர் ஜெ. என அவருக்கு எதிராக லஞ்ச ஒழிப்புத் துறை சார்பாக ஆஜரான வழக்கறிஞர்களும், இந்த வழக்கில் மூன்றாவது பார்ட்டியாக செயல்பட்ட பேராசிரியர் அன்பழகனுக்காக வாதாடிய வழக்கறிஞர்களும் தெரிவிக்கின்றனர்.

◆◆◆◆◆

ஜெ.வின்
சொத்துப் பட்டியல்

1. போயஸ் கார்டன், பிளாட் எண் 50-36 போயஸ் கார்டன் ரூ. 1, 32, 009.00 தேனாம்பேட்டை

2. ஸ்ரீநகர் ஆபீசர் காலனி, ஐதராபாத் ரூ. 50,000.00

3. இரண்டு பார்ம் ஹவுஸ்கள், ரங்காரெட்டி தாலுகா, பஷீராபாத் கிராமம் மற்றும் ஜெட்டிமெட்லா, ஐதராபாத் ரூ. 1,65,058.50.00

4. ஆந்திர மாநிலம், மெகால் தாலுகா, பஷீராபாத் கிராமத்தில் 3.15 ஏக்கர் நிலம் ரூ. 13,254.50.00

5. தமிழகத்தின் செய்யூர் கிராமத்தில் ஜெயலலிதா பெயரில் வேளாண் நிலம் ரூ. 17,060.00

6. சென்னை பட்டம்மாள் சாலையில் ஜெயலலிதா, சசிகலா பெயரில் கட்டிடம் ரூ. 5,70,039.00

7. சென்னை சாந்தோமில் சசிகலா பெயரில் ஆர்.ஆர். பிளாட்ஸ் ரூ. 3,13,530.00

8. சென்னை அண்ணா சாலையில் சசி எண்டர் பிரைசஸ் நிறுவனத்திற்கு வாங்கிய கட்டிடம் (பார்சன் மேனர்) ரூ. 98,904.00

9. சென்னை நுங்கம்பாக்கம் காதர் நவாஸ்கான் சாலையில் 11 கிரவுண்டு நிலம் வாங்கியது ரூ. 22,10,919

10. சென்னை செயிண்ட் மேரீஸ் சாலையில் ஜெயலலிதா பெயரில் 1,206 சதுரஅடி நிலம் ரூ. 3,60,509.00

11. சென்னை மவுண்ட் ரோட்டில் 1,856 சதுர அடி நிலம் ஜெயலலிதா பெயரில் பதிவு 1,05,409.00

12. தஞ்சாவூர் மனம்புசாவடியில் 2,400 சதுர அடி நிலம் வாங்கி பதிவு ரூ.1,57,125.00

13. தஞ்சாவூர் நகரில் எச்.டி. சாலையில் 51 ஆயிரம் சதுர அடி நிலம் வாங்கி பதிவு ரூ. 1,15,315.00

14. தஞ்சாவூர் எச்.டி.சாலையில் காலி நிலம் வாங்கி பதிவு (8970 சதுர அடி.) ரூ. 2,02,778.00

15. திருச்சி பொன்னகரம், அபிசேகபுரம் கிராமத்தில் 3,525 சதுர அடி நிலம் ரூ.5,85,420.00

16. தஞ்சாவூர் மாவட்டம் சுந்தரக்கோட்டையில் 3.23 ஏக்கர் தரிசு நிலம் வாங்கி பதிவு ரூ. 75,210.00

17. சென்னை கிண்டியில் உள்ள திரு.வி.க. தொழிற்பேட்டையில் 5,658 சதுரஅடி நிலம் ரூ. 5,28,039.00

18. சென்னை மயிலாப்பூரில் ஜெயலலிதா பெயரில் 1,407 சதுர அடி நிலம் பதிவு ரூ.10,20,371.00

19. தஞ்சை மன்னார்குடியில் உள்ள ஹரிதரநதி மேற்கில் 25,035 சதுரஅடி நிலம் வாங்கி சசிகலா பெயரில் பதிவு ரூ.6,78,000.00

20. சென்னை கிண்டியில் உள்ள திரு.வி.க. தொழிற்பேட்டையில், புனித தாமஸ் கிராமத்தில் 4,664.60 சதுரஅடி நிலம் பதிவு ரூ. 15,05,428.00

21. சென்னை நுங்கம்பாக்கம், காதர்நவாஸ்கான் சாலையில் 12 கிரவுண்டு நிலம் வாங்கியது ரூ.2,98,144.00

22. ஆந்திர மாநிலம் செகந்திராபாத் ராதிகா நகரில் 222.92 சதுரஅடி மற்றும் நிலம் டெல்லி திவான்ஹால் பகிரத்பேலஸ் ரூ.5,57,761.00

23. சென்னை கிண்டி திரு.வி.க. தொழிற்பேட்டையில் டான்சி (பவுண்ட்ரி) நிலம் ரூ. 2,13,68,152.00

நீதிபதி குன்ஹா பதில்கள்

24. தமிழக வீட்டுவசதிக் கழகம் சார்பில் இளவரசிக்கு வீட்டு மனை ஒதுக்கீடு ரூ.2,35,813.00

25. சென்னை கிண்டி திரு.வி.க. தொழிற்பேட்டையில் டான்சி(ஒயர்) நிலம் ரூ. 90,17,089.00

26. சென்னை அபிராமபுரத்தில் நிலம், கட்டிடம் ரூ.49,02,105.00

27. சென்னையை அடுத்த செய்யூர் கிராமத்தில் 11.07 ஏக்கர் நிலம் வாங்கி பதிவு ரூ.3,18,712.00

28. சென்னையில் உள்ள மகாசுப்புலட்சுமி திருமண மண்டபம் சுதாகரன் பெயரில் வாங்கி பதிவு ரூ.38,51,00.00

29. சென்னை நுங்கம்பாக்கம், காதர் நவாஸ்கன் சாலையில் ஜம்ஸ்கோர்ட் 1,736 சதுர அடி நிலம் வாங்கியது ரூ.1,60,572.00

30. சென்னை ஈக்காட்டுதாங்கல் பகுதியில் ஆஞ்சநேயா பிரிண்டர்ஸ் நிறுவனத்திற்கு சசிகலா, சுதாகரன் பங்கு மற்றும் வாங்கிய தொகை ரூ.84,21,000.00

31. வெலகாபுரம் கிராமத்தில் 45.22 ஏக்கர் நிலம் வாங்கி பதிவு செய்யப்பட்டது ரூ.40,25,023.70

32. சென்னையை அடுத்த நீலாங்கரையில் திருமதி இளவரசி பெயரில் 4,802 சதுர அடி நிலம் பதிவு ரூ.9,60,520.00

33. சென்னை தி.நகர் பத்மநாபா தெருவில் 5,430 சதுரஅடி நிலம் பதிவு ரூ.15,96,150.00

34. சென்னையை அடுத்த சிறுதாவூர் கிராமத்தில் இளவரசி பெயரில் 63.94 ஏக்கர் நிலம் பதிவு ரூ.14,01,600.00

35. சென்னையை அடுத்த செய்யூர் கிராமத்தில் 2.56 ஏக்கர் நிலம் பதிவு ரூ.1,23,910.00

36. வடசென்னையில் 10.7 ஏக்கர் நிலம் பதிவு ரூ.4,65,000.00

மக்கள் கேள்வி

37. சென்னை டி.டி.கே.சாலையில் 2,150 சதுரஅடி நிலம் வாங்கி பதிவு ரூ.57,00,000.00

38. சென்னை டி.டி.கே.சாலை ஸ்ரீராம் நகர் மற்றும் ஈஞ்சம்பாக்கத்தில் 1.29 ஏக்கர் நிலம் வாங்கி பதிவு ரூ.6,49,770.00

39. சென்னை சோழிங்கநல்லூரில் நிலம் ரூ. 3,75,000.00

40. சென்னை அடையாறில் கட்டிடம், வீடு ரூ.5,70,200.00

41. சென்னை பசுல்லா சாலையில் ரூ.9,30,600.00

42. சென்னை நுங்கம்பாக்கத்தில் 4,348 சதுரஅடி நிலம் வாங்கி பதிவு ரூ.11,36,024.00

43. சென்னையை அடுத்த சிறுதாவூரில் 3.30 ஏக்கர் நிலம் வாங்கி பதிவு ரூ.93,475.00

44. சென்னை வெட்டுவாங்கேணியில் 1 ஏக்கர் நிலம் வாங்கி பதிவு ரூ.3,63,120.00

45. சென்னை மயிலாப்பூர் லஸ் சர்ச் சாலையில் 640 சதுரஅடி நிலம் ரூ. 2,26,130.00

46. சென்னை தி.நகர் முருகேசன் சாலையில் 4,800 சதுரஅடி நிலம் ரூ.33,44,040.00

47. சென்னையை அடுத்த சோழிங்கநல்லூரில் 900 சதுரஅடி நிலம் ரூ.9,95,670.00

48. சேரகுளம் மற்றும் வள்ளாகுளம் கிராமத்தில் 53.66 ஏக்கர் நிலம் பதிவு ரூ.1,21,389.00

49. கருங்குழிப் பள்ளம் கிராமத்தில் 16.33 ஏக்கர் நிலம் வாங்கி பதிவு ரூ.6,89,202.00

50. திருவேங்கடநகர் காலனியில் 520 சதுரஅடி வீடு ரூ.5,75,000.00

51. வெட்டுவாங்கேணி, ஈஞ்சம்பாக்கத்தில் 37 செண்ட் நிலம் பதிவு ரூ. 1,24,540.00

52. சென்னை டி.டி.கே.சாலையில் 733 சதுரஅடி நிலம் ரூ. 59,28,050

53. சென்னையை அடுத்த பையனூர் கிராமத்தில் 22.90 ஏக்கர் நிலம் வாங்கி பதிவுரூ. 16,17,688.00

54. சென்னை அரும்பாக்கத்தில் 3,197 சதுரஅடி நிலம் ரூ.8,55,150.00

55. பரமேஸ்வரி நகரில் 4,564 சதுர அடி நிலம் ரூ.34,20,160.00

56. சேரகுளம் கிராமத்தில் 144.28 ஏக்கர் நிலம் ரூ.4,52,844.00

57. மீராகுளம் கிராமத்தில் 42.31 ஏக்கர் நிலம் ரூ.95,740.00

58. வள்ளாகுளம் கிராமத்தில் 34 ஏக்கர் நிலம் ரூ.78,801.00

59. சோழிங்கநல்லூர் கிராமத்தில் 50 செண்ட் நிலம் ரூ.2,86,441.00

60. ஊத்துக்காடு கிராமத்தில் 27.98 ஏக்கர் நிலம் ரூ.4,51,980.00

61. கலவை கிராமத்தில் 6.98 ஏக்கர் நிலம் ரூ.25,833.00

62. வள்ளாகுளம் கிராமத்தில் 286 ஏக்கர் நிலம் ரூ.6,57,169.00

63. சேரகுளம் கிராமத்தில் 122 ஏக்கர் நிலம் பதிவு ரூ.4,64,997.00

64. மீராகுளம் கிராமத்தில் 326.15 ஏக்கர் நிலம் ரூ.5,61,935.00

65. சென்னை அபிபுல்லா சாலையில் 4,293 சதுரஅடி கட்டிடம் ரூ.43,56,142.00

66. சென்னை அபிபுல்லா சாலையில் 3,472 சதுரஅடி கட்டிடம் ரூ.59,96,346.00

67. சென்னையை அடுத்த ஊத்துக்கோட்டையில் 106.69 ஏக்கர் நிலம் பதிவு ரூ.7,47,698.00

மக்கள் கேள்வி

68. வண்டம்பள்ளியில் ராமராஜ் அக்ரோ மில் நிறுவனம் கட்டப்பட்டதின் செலவு ரூ.14,00,806.00

69. வண்டம்பள்ளியில் 27.57 ஏக்கர் நிலம் பதிவு ரூ.7,88,076.00

70. ராம்ராஜ் அக்ரோ மில்ஸ் கட்டுமான பணி 57,19,800.00

71. ராம்ராஜ் அக்ரோ நிறுவன எம்.டி.யின் பங்களா மதிப்பு ரூ.83,41,000.00

72. சென்னை லஸ் அவின்யூவில் 6,798 சதுரஅடி கட்டிடம் ரூ.65,23,176.00

73. ராம்ராஜ் அக்ரோ நிறுவன பங்கு வாங்கியது ரூ.18,42,000.00

74. சென்னை அபிராமபுரத்தில் கட்டிடம் எழுப்பியதற்கு செலவிட்ட தொகை ரூ.76,00,000.00

75. கோடநாடு தேயிலைத் தோட்டம் வாங்கியது ரூ.7,60,00,000.00

76. நீலாங்கரையில் 11 செண்ட் நிலம் பதிவு ரூ.7,98,945.00

77. நீலாங்கரையில் 13 செண்ட் நிலம் பதிவு ரூ.9,49,995.00

78. தஞ்சாவூர் வ.உ.சி.நகரில் 26,540 சதுரஅடி கட்டிடம் வாங்கியது ரூ.19,03,088.00

79. சென்னை அரும்பாக்கம் 3,197 சதுரஅடி நிலம் ரூ.8,55,150.00

80. ஊத்துக்கோட்டையில் 21.82 ஏக்கர் நிலம் ரூ.3,13,553.00

81. வெலகாபுரம் கிராமத்தில் 41.10 ஏக்கர் நிலம் ரூ.80,394.00

82. பையனூர் கிராமத்தில் 4.27 ஏக்கர் நிலம் ரூ. 10,56,880.00

83. கடலூரில் உள்ள இண்டி-தோஹா கெமிக்கல் நிறுவன கட்டுமான பணிக்கு ரூ.86,91,000.00

நீதிபதி குன்ஹா பதில்கள்

84. நீலாங்கரையில் உள்ள நிலத்தில் புதிய கட்டிடம் கட்டுவதற்கு ரூ.80,75,000.00

85. நீலாங்கரையில் சசிகலா பெயரில் 11,197 சதுரஅடி நிலம் வாங்கப்பட்டது ரூ.5,72,910.00

86. பையனூரில் வாங்கிய பங்களாவை புதுப்பிக்க செலவு செய்தது ரூ.1,25,90,261.00

87. ஈக்காட்டுதாங்கலில் கட்டிடம் ரூ.2,13,63,457.00

88. வெட்டுவாங்கேணியில் உள்ள கட்டிட புதுப்பிப்பு பணிக்கு ரூ. 1,52,59,076.00

89. ஐதராபாத்தில் உள்ள திராட்சைத் தோட்ட பண்ணை வீட்டில் புதிய கட்டிடம் எழுப்ப ரூ.6,40,33,901.00

90. சிறுதாவூர் பங்களா புதுப்பிக்கும் பணிக்கு ரூ.5,40,52,298.00

91. சென்னை போயஸ்கார்டன் வீடு புதுப்பிக்க ரூ.7,24,98,000.00

92. சென்னை ஸ்ரீராம் நகரில் உள்ள நிலத்தில் புதிய கட்டிடம் கட்ட ரூ.29,59,000.00

93. சோழிங்கநல்லூரில் உள்ள கட்டிடம் புதுப்பிக்க ரூ.80,36,868.00

94. சென்னை பட்டம்மாள் சாலையில் உள்ள கட்டிடம் அருகில் புதிய கட்டிடம் கட்டுவதற்கு ரூ.8,00,000.00

95. சென்னை தி.நகர் பத்மநாபா சாலையில் உள்ள நிலத்தில் கட்டிடம் கட்டியதற்கு ரூ.20,43,000.00

96. சென்னை அண்ணாநகரில் உள்ள நிலத்தில் புதிய கட்டிடம் அமைக்க ரூ.24,83,759

97. சென்னை தி.நகர் முருகேசன் சாலையில் உள்ள நிலத்தில் புதிய கட்டிடம் ரூ.10,92,828.00

98. சென்னை கிழக்கு கடற்கரைச் சாலை ஈஞ்சம்பாக்கத்தில் புதிய கட்டிடம் கட்ட ரூ.53,11,000.00

99. சென்னை அக்கரையில் புதிய கட்டிடம் கட்ட ரூ.20,38,959.00

100. சென்னை கிண்டி திரு.வி.க. தொழிற்பேட்டையில் புதிய கட்டிடம் எழுப்ப ரூ.39,34,000.00

101. சென்னை கிண்டி தொழிற்பேட்டையில் புதிய கட்டிடம் எழுப்ப ரூ. 14,17,538.00

102. சேரகுளம் கிராமத்தில் உள்ள ரிவர்வே அக்ரோ பார்ம் கம்பெனி கட்டிடம், மின் இணைப்பு உள்பட கட்டுமான பணிக்கு ரூ. 7,58,160.50

103. சென்னை அபிராமபுரம், இந்தியன் வங்கியில் இளவரசி, விவேக் பெயரில் உள்ள வங்கிக் கணக்கில் 30.4.1996 அன்று பேலன்ஸ் தொகை ரூ.2,42,211.50

104. இளவரசி இயக்குனராக இருக்கும் சிக்னோரா பிஸ்னஸ் கம்பெனியின் வங்கிக் கணக்கில் பேலன்ஸ் 30.4.1996 ரூ.167.20

105. இளவரசி இயக்குனராக உள்ள லெக்ஸ் பிராப்பர்ட்டீஸ் கம்பெனி வங்கி பேலன்ஸ் 30.4.1996 ரூ.85,342.25

106. சசிகலா இயக்குனராக உள்ள பிரஸ் மஸ்ரூம்ஸ் வங்கி பேலன்ஸ் 30.4.1996 ரூ. 771.26

107. வி.என்.சுதாகரன் வங்கி பேலன்ஸ் 30.4.1996 ரூ.1,32,221.00

108. ஜெயலலிதா வங்கி பேலன்ஸ் 30.4.1996 ரூ.19,29,561.58

109. இளவரசி வங்கி பேலன்ஸ் 30.4.1996 ரூ. 3,40,527.95

110. சென்னை மயிலாப்பூரில் உள்ள வங்கியில் ஜெயலலிதா பேலன்ஸ் ரூ. 1,70,570.13

நீதிபதி குன்ஹா பதில்கள்

111. சசிகலா இயக்குனராக உள்ள மெட்டல்கிங் கம்பெனி வங்கி பேலன்ஸ் 30-04-1996 ரூ.2,900.28

112. ஜெயா பப்ளிகேஷன்ஸ் நிறுவன பெயரில் வாங்கியுள்ள மெர்சிடேஸ் பென்ஸ் கார் மதிப்பு ரூ.9,15,000.00

113. அ.தி.மு.க.தலைமைக் கழகம் பெயரில் வாங்கியுள்ள பஜாஜ் டெம்போ வேன் மதிப்பு ரூ.2,03,979.00

114. மயிலாப்பூர் கனரா வங்கியில் ஜெயலலிதா, சசிகலா வங்கி பேலன்ஸ் 30.4.1996 ரூ. 20,79,885.12

115. சென்னை மயிலாப்பூர் கனரா வங்கியில் சசிகலா கணக்கு பேலன்ஸ் 30.4.1996 ரூ.1.095.60

116. சசிகலா இயக்குனராக உள்ள மெட்டல்கிங் கம்பெனிக்கு கிண்டி கனரா வங்கியில் பேலன்ஸ் 30.4.1996 ரூ.3,17,242.21

117. சென்னை மயிலாப்பூர் கனரா வங்கியில் சுதாகரன் வங்கி பேலன்ஸ் 30.4.1996 ரூ.61,430.00

118. சென்னை அண்ணா நகர் சுப்புலட்சுமி திருமண மண்டபம் வங்கி பேலன்ஸ் ரூ.3,17,457.64

119. சென்னை மயிலாப்பூர் கனரா வ்ங்கியில் சுதாகரன் வங்கி பேலன்ஸ் 30.4.1996 ரூ.61,430.00

120. ஜெயா ஃபைனான்ஸ் வங்கி பேலன்ஸ் ரூ.1,760.00

121. மயிலாப்பூர் கனரா வங்கியில் இளவரசி வங்கி பேலன்ஸ் 30.4.1996 ரூ.1,18,198.00

122. மயிலாப்பூர் கனரா வங்கியில் இளவரசி வங்கி பேலன்ஸ் 30.4.1996 ரூ.894.00

123. மயிலாப்பூர் கனரா வங்கியில் சசிகலா வங்கி பேலன்ஸ் 30.4.1996 ரூ. 560.55

124. மயிலாப்பூர் கனரா வங்கியில் சசிகலா, இளவரசி ஆகியோர் இயக்குனராக உள்ள ஆஞ்சநேயா பிரிண்டர்ஸ் வங்கி பேலன்ஸ் 30.4.1996 ரூ. 10,75,335.64

125. ஜெ. ரியல் எஸ்டேட் கம்பெனிக்கு அபிராமபுரத்தில் உள்ள இந்தியன் வங்கியில் உள்ள பேலன்ஸ் 30.4.1996 ரூ. 167.55

126. சூப்பர்-டூப்பர் டி.வி. கம்பெனி இயக்குனராக உள்ள சசிகலா, சுதாகரன், இந்தியன் வங்கி பேலன்ஸ் 30.4.1996 ரூ.5,46,577.50

127. ஜெ.ஜெ.லீசிங் கம்பெனி வங்கி கணக்கு பேலன்ஸ் 30.4.1996 ரூ. 1,838.00

128. ஜெ.எஸ்.ஹவுசிங் வங்கி கணக்கு பேலன்ஸ் 30.4.1996 ரூ. 13,671.80

129. க்ரீன் பார்ம் ஹவுஸ் வங்கி கணக்கு பேலன்ஸ் 30.4.1996 ரூ.146.70

130. ஜெயா காண்ட்ராக்டர் & பில்டர்ஸ் வங்கி பேலன்ஸ் 30.4.1996 ரூ.10,891.00

131. சசி எண்டர்பிரைசசின் அபிராமபுரம் இந்தியன் வங்கி பேலன்ஸ் 30.4.1996 ரூ.1,02,490.00

132. சக்தி கன்ஸ்ட்ரக்ஷன் கம்பெனியின் இந்தியன் வங்கி பேலன்ஸ் 30.4.1996 ரூ.1,02,490.00

133. கோபால் புரமோட்டர்ஸ் வங்கி பேலன்ஸ் ரூ.1,02,490.10

134. லட்சுமி கன்ஸ்ட்ரக்ஷன்ஸ் வங்கி பேலன்ஸ் ரூ.1,02,490.18

135. மெடோ அக்ரோ பார்ம் வங்கி பேலன்ஸ் ரூ.358.70

136. ரிவர்வே அக்ரோ பார்ம் வங்கி பேலன்ஸ் ரூ.2,916.61

137. அண்ணாநகர் பேங்க் ஆப் மகாராஷ்டிராவில் ஜெயலலிதாவின் வங்கி பேலன்ஸ் 30.4.1996 ரூ.2,05,151.06

நீதிபதி குன்ஹா பதில்கள்

138. ஜெயலலிதா பேரில் செகந்திராபாத் வங்கியில் பேலன்ஸ் ரூ. 3,84,760.67

139. ஜெயலலிதாவுக்குச் சொந்தமான டாடாசியரா கார் மதிப்பு ரூ. 4,01,131.00

140. ஜெயலலிதாவுக்குச் சொந்தமான மாருதி ஜிப்ஸி கார் மதிப்பு ரூ.2,03,424.54

141. ஜெயலலிதாவுக்குச் சொந்தமான மாருதி 800 கார் மதிப்பு ரூ.60,435.00

142. ஜெயலலிதாவுக்குச் சொந்தமான டிரக்ஸ் ரூ.1,04,000.00

143. சசிகலா பெயரில் செகந்திராபாத் வங்கியில் பேலன்ஸ் ரூ.2,43,000.00

144. ஜெயா பப்ளிகேஷன்ஸ் நிறுவனத்திற்குச் சொந்தமான ஸ்சுவராஜ் மஸ்தா வேன் மதிப்பு ரூ. 3,85,520.00

145. ஜெயலலிதாவுக்குச் சொந்தமான கண்டசா கார் மதிப்பு ரூ.2,56,238.00

146. ஜெயா பப்ளிகேஷன்ஸ் நிறுவனத்திற்குச் சொந்தமான டாடா மொபைல் வேன் ரூ.2,81,169.00

147. ஜெயலலிதா பெயரில் ஆஞ்சநேயா பிரிண்டர்ஸ் நிறுவனத்திற்கு வாங்கப்பட்ட டிரக்ஸ் ஜீப் ரூ.1,04,000.00

148. சசிகலாவுக்குச் சொந்தமான டாடாசியரா ரூ.3,80,376.00

149. சசி எண்டர்பிரைசஸ் நிறுவனத்திற்கு ஜெயலலிதா பெயரில் வாங்கியுள்ள ஸ்சுவராஜ் மஸ்தா வேன் மதிப்பு ரூ.2,99,845.00

150. சசிகலா பெயரில் வாங்கியுள்ள டாடாசியரா கார் மதிப்பு ரூ.5,11,118.00

151. சசிகலா பெயரில் வாங்கியுள்ள டாடாசியரா கார் மதிப்பு ரூ.5,11,118.00

152. சசி எண்டர்பிரைசஸ் பெயரில் வாங்கியுள்ள டாடா கார் சுமோ மதிப்பு ரூ. 3,15,537.00

153. சசி எண்டர்பிரைசஸ் பெயரில் வாங்கியுள்ள மாருதி எஸ்டீம் கார் மதிப்பு ரூ. 5,25,132.00

154. வி.என். சுதாகரன் பெயரில் வாங்கியுள்ள கார்கோ வாகனம் ரூ. 5,05,009.00

155. வி.என்.சுதாகரன் பெயரில் வாங்கியுள்ள டிரக்ஸ் ஜீப் மதிப்பு ரூ. 2,96,191.28

156. நமது எம்.ஜி.ஆர்.பெயரில் வாங்கியுள்ள பஜாஜ் டெலிவரி வேன் மதிப்பு ரூ.52,271.00

157. ஆஞ்சநேயா பிரிண்டர்ஸ் பெயரில் வாங்கியுள்ள ஸ்சுவராஜ் மஸ்தா வேன் மதிப்பு ரூ.5,56,999.99

158. ஆஞ்சநேயா பிரிண்டர்ஸ் பெயரில் வாங்கியுள்ள ஸ்வராஜ் மஸ்தா வேன் மதிப்பு ரூ.5,56,999.99

159. மெட்டல்கிங் நிறுவனம் பெயரில் வாங்கியுள்ள மாருதி கார் மதிப்பு ரூ.2,22,485.19

160. அ.தி.மு.க.தலைமைக் கழகம் பெயரில் வாங்கியுள்ள பஜாஜ் டெம்போ ஆம்னி பஸ் மதிப்பு ரூ. 2,03,979.00

161. ஆஞ்சநேயா பிரிண்டர்ஸ் பெயரில் வாங்கியுள்ள ஸ்சுவராஜ் மஸ்தா வேன் மதிப்பு ரூ. 5,56,999.99

162. ஜெயலலிதா பெயரில் கனரா வங்கியில் செய்துள்ள எஃப்.டி. தொகை ரூ.16,03,545.00

163. ஜெயா பப்ளிகேஷன்ஸ் பெயரில் எஃப்.டி.தொகை ரூ. 1,49,544.00

164. ஜெயா பப்ளிகேஷன்ஸ் பெயரில் எஃப்.டி.தொகை ரூ.5,00,000.00

165. சூப்பர்-டூப்பர் டி.வி.பெயரில் அபிராமபுரம் இந்தியன் வங்கியில் எஃப்.டி. தொகை ரூ. 5,00,000.00

166. சூப்பர்-டூப்பர் டி.வி.பெயரில் அபிராமபுரம் இந்தியன் வங்கியில் எஃப்.டி.தொகை ரூ.5,00,000.00

167. சூப்பர்-டூப்பர் டி.வி.பெயரில் அபிராமபுரம் இந்தியன் வங்கியில் எஃப்.டி. தொகை ரூ,5,00,000.00

168. கோத்தாரி ஓரியண்டல் பைனான்சில் ஜெயலலிதா பெயரில் எஃப்.டி. தொகை ரூ.1,00,000.00

169. அதே தொகை மீண்டும் புதுப்பிக்கப்பட்டது ரூ.1,00,000.00

170. அதே தொகை மீண்டும் புதுப்பிக்கப்பட்டது ரூ.1,00,000.00

171. ஜெயலலிதா பெயரில் ஸ்ரீராம் இன்வெஸ்ட்மெண்ட்டில் எஃப்.டி. தொகை ரூ.3,00,000.00

172. ஜெயலலிதா பெயரில் ஸ்ரீராம் இன்வெஸ்ட்மெண்டில் எஃப்.டி. தொகை ரூ.30,00,000.00

173. ஜெயலலிதா பெயரில் ஸ்ரீராம் இன்வெஸ்ட்மெண்டில் எஃப்.டி. தொகை ரூ.15,00,000.00

174. ஜெயலலிதா பெயரில் ஸ்ரீராம் இன்வெஸ்ட்மெண்டில் எஃப்.டி. தொகை 29.1.98 ரூ.5,00,000.00

175. ஜெயலலிதா பெயரில் ஸ்ரீராம் இன்வெஸ்ட்மெண்டில் எஃப்.டி. தொகை 22.4.98 ரூ.15,00,0000.00

176. ஜெயலலிதா பெயரில் ஸ்ரீராம் இன்வெஸ்ட்மெண்டில் எஃப்டி தொகை 22.4.98 ரூ.10,00,000.00

177. ஜெயலலிதா பெயரில் ஸ்ரீராம் இன்வெஸ்ட்மெண்டில்

எ.ஃப்.டி.தொகை 19.10.93 ரூ. 2,00,000.00

178. மெட்ராஸ் ஆக்சிஜன் கம்பெனி உள்ளிட்ட நிறுவனங்களில் ஜெயலலிதா எஃப்.டி.தொகை ரூ.1,00,000.00

179. ஜெயலலிதாவுக்குச் சொந்தமான 389 காலணிகளின் மதிப்பு ரூ.2,00,902.45

180. ஜெயலலிதாவுக்குச் சொந்தமான 914 பட்டுச் சேலைகளின் மதிப்பு ரூ.61,13,700.00

181. ஜெயலலிதாவுக்குச் சொந்தமான 6,195 பிற சேலைகளின் மதிப்பு ரூ. 27,08,720.00

182. ஜெயலலிதாவுக்குச் சொந்தமான 2,140 பழையசேலைகளின் மதிப்பு ரூ. 4,21,870.00

183. ஜெயலலிதாவுக்குச் சொந்தமான 7 ரிஸ்ட் வாட்சுகள் மதிப்பு ரூ. 9,03,000.00

184. ஜெயலலிதாவுக்குச் சொந்தமான 91 ரிஸ்ட் வாட்சுகளின் மதிப்பு ரூ. 6,87,350.00

185. ஜெயலலிதாவுக்குச் சொந்தமான 86 தங்க ஆபரணங்களின் மதிப்பு ரூ. 17, 50,031.00

186. சசிகலாவுக்குச் சொந்தமான 62 தங்க ஆபரணங்களின் மதிப்பு ரூ.9,38,460.00

187. ஜெயலலிதாவுக்குச் சொந்தமான 26 தங்க ஆபரணங்களின் மதிப்பு ரூ.19,30,852.10

188. சசிகலாவுக்குச் சொந்தமான 34 தங்க ஆபரணங்களின் மதிப்பு ரூ.17,54,868.90

189. ஜெயலலிதாவுக்குச் சொந்தமான 41 தங்க ஆபரணங்களின் மதிப்பு ரூ.23,90,058.25

190. ஜெயலலிதாவுக்குச் சொந்தமான 28 தங்க ஆபரணங்களின் மதிப்பு ரூ.1,40,75,958.00

191. ஜெயலலிதாவுக்குச் சொந்தமான 394 தங்க ஆபரணங்களின் மதிப்பு ரூ.3,12,67,725.00

192. ஜெயலலிதாவுக்குச் சொந்தமான 1,116 கிலோ வெள்ளிப் பொருட்களின் மதிப்பு ரூ. 48,80,000.00

193. சூப்பர்-டூப்பர் டி.வி.நிறுவனத்தின் எலெக்ட்ரானிக் காம்ப்ளக்ஸ் மதிப்பு ரூ. 15,75,800.00

194. மெட்டல்கிங் நிறுவனத்தின் இயந்திர மதிப்பு ரூ.7,69,000.00

195. ஆஞ்சநேயா பிரிண்டர்ஸ் இயந்திரம் கொள்முதல் செய்தது ரூ. 2,16,42,000.00

196. வி.என்.சுதாகரன், சத்தியலட்சுமி நிச்சயதார்த்தத்தின் போது ஜெயலலிதா சார்பில் மதிப்பு தங்கம்ரூ.2,95,061.50 ரூ.8,99,320.50 மதிப்பு வைர நகைகள் பரிசாக வழங்கப்பட்டது. அதன் மொத்த மதிப்பு ரூ.11,94,381.50

197. சென்னை தி.நகர் சென்ட்ரல் பேங்க் ஆப் இந்தியா வங்கியில் 30.4.96 அன்று ஜெயலலிதாவின் பேலன்ஸ் தொகை ரூ.21,380.00

198. ஆஞ்சநேயா பிரிண்டர்ஸ் வளர்ச்சிக்கு செலவிட்ட தொகை ரூ.8,60,950.00

199. சென்னையில் உள்ள ஆர்.பி.ஐ.யில் ஜெயலலிதா பெயரில் எஃப்.டி. தொகை ரூ. 1,00,00,000.00

200. ஜெயா பப்ளிகேஷன்ஸ் நிறுவனத்திற்காக வாங்கிய புதிய வாகனம் ரூ. 32,40,278.00

201. சசிகலா பெயரில் 30.4.1996-ல் சென்ட்ரல் வங்கியில் பேலன்ஸ் ரூ.17,502.98

202. திருச்சியில் உள்ள சசிகலாவுக்குச் சொந்தமான பொன் நகர் கட்டிடம் புதுப்பிக்கப்பட்டதற்கான செலவு ரூ.6,83,235.00

203. சென்னை வேலிகார்டன் சாலையில் உள்ள கட்டிடம் புதுப்பிக்க ரூ. 34,46,032.00

204. செகந்திராபாத்தில் உள்ள கட்டிடம் புதுப்பிக்க ஏற்பட்ட செலவு ரூ. 3,00,000.00

205. 30.4.1996 அன்று நமது எம்.ஜி.ஆர். நிறுவன வங்கி பேலன்ஸ் தொகை ரூ.5, 10,968.16

206. சேரகுளம் கிராமத்தில் வசித்த நாச்சியம்மாளிடம் வாங்கிய நிலம் ரூ.21,830.00

207. 1993 அக்டோபர் மாதம் இளவரசி, மாஸ்டர் விவேக், கிருஷ்ணப்ரியா ஆகியோர் பெயரில் இந்தியன் வங்கியின் ஜெயராமன் பணிகொடை மூலம் கொடுத்த தொகை டெபாசிட் செய்யப்பட்டதன் மதிப்பு ரூ.38,421.00

208. சசிகலா பெயரில் சென்னை மயிலாப்பூரில் உள்ள வங்கியில் பேலன்ஸ் 30.4.1996 ரூ.1,889.28

209. மயிலாப்பூர் கனரா வங்கியில் ஜெயலலிதா, சசிகலா ஆகியோர் இயக்குனராக உள்ள சசி எண்டர்பிரைசஸ் வங்கி பேலன்ஸ் ரூ.4,59,976.22

210. ஜெயா பப்ளிகேஷன்ஸ் நிறுவனத்திற்கு சொந்தமான டாடா எஸ்டேட் கார் மதிப்பு ரூ.4,06,106.00

211. ஜெயலலிதாவுக்குச் சொந்தமான ஸ்சுவராஜ் மஸ்தா வேன் மதிப்பு ரூ.1,76,172.60

மொத்தம் ரூ.66,44,73,573.27
(66 கோடியே 44 லட்சத்து 73 ஆயிரத்து ஐநூற்று எழுபத்தி மூன்று ரூபாய் மற்றும் 27 பைசா ஆகும்)

ஜெ.வின்
சொத்துப் பட்டியலுக்கான ஆதாரம்

S.No.	List Sl.No.	Description of the property	Value of the property
CHENNAI			
1.	1	Land and building at Plot No.50, Door No.36, Poes Garden, Chennai-86 (S.No.1567 of Tenampet Village) purchased from R.Sarala (extent 10 grounds and 330 Sq.ft) M/s.Natiya kala Nikethan. rep by Tmt.N.R.Sandhya and Selvi.J.Jayalalitha (Doc. No.1914/67 dt.15-7-67 SRO T.Nagar)	1,32,009.00
2.	6	Land and Building at Door No.19, Pattammal Street, Chennai plot No.83 R.S. No.4087 extent 1897 Sq.ft. M/s.Jaya Publications Partners : Selvi.J.Jayalalitha & N.Sasikala. (Doc No.1024/89 dt.18-6-89 of SRO, Mylapore)	5,70,039.00
3.	7	Land and flat No.7, R.R. Flats, 3/4 Antu Street, Santhome, Chennai-4 of Tmt.N.Sasikala (Doc.No.575/89 dt.17-4-89 of SRO, Mylapore)	3,13,530.00
4.	8	Shop No.14, Ground floor at 602, Anna Salai, Chennai-6 (Parsn Manere) M/s.Sasi Enterprises (Doc.No.399/89 dt.5-7-89 of SRO, Thousandlights)	98,904.00
5.	9	Un divided share of land only at Door No.14, Kather Navaz Khan Road, Nungambakkam, in Block No.12, R.S.No.58/5 to the extent of 68/12000 un divided share in 11 Grounds 736 Sq.ft with a Shop M/s.Sasi Enterprises (Doc No.526/89 dt.21-9-89 of Jt. S.R.II, Thosandlights)	2,10,919.00
6.	10	Land and building at Door No. 213 B, St. Mary's Road, Chennai in S.No.74 New No.213 to the extent of 1206 Sq.ft Selvi.J.Jayalalitha (Doc.No.1103/89 dt.10-7-89 of SRO, Mylapore)	3,60,509.00
7.	11	Shop No.18, 180 Sq.ft in ground Floor at Door No.602, Mount Road, 54/42656 un divided share of land in 17 grounds and 1856 Sq.ft. in R.S.No.3/10 and 3/11 Block No.17, Mylapore village Selvi.J.Jayalalitha (Doc.No.426/90 dt.3-4-90 of SRO, Thousandlihgts)	1,05,409.00
8.	17	land and building at Thiru Vi-Ka Industrail Estate, Guindy, in S.No.55, 56 Block No.6, extent 5658 Sq.ft, shed No.C-8, Adyar Village M/s.Jaya Publications (Doc.No.4640/90 dt.8-12-90 of SRO, Adyar)	5,28,039.00

9.	18	One Ground and 1407 Sq.ft. of land with Building in R.S. No. 1567/1 of Mylapore Village. Selvi. J.Jayalalitha (Doc No.424/91 dt.24-7-91 of Jt.SR, Central Madras)	10,20,371.00
10.	20	4664.60 Sq.Ft together with building in T.S.No.4345, S.No.33/3pt, 32/4pt, in St.Thomas Mount Village, plot No. S-7, Block No.6, Thiru. Vi-Ka Industrial Estate, Guindy. M/s.Jaya Publications (Doc No.3285/91 dt.26-9-91 of SRO, Adyar)	15,05,428.00
11.	21	Land and building at New Door No.14, Kadhar Nawaz Khan Road, Nungambakkam, Block 12, 87/12000 undivided share of land in 11 ground 1736 Sq.ft. and 523 Sq.ft building in R.S.No.58 and New R.S.No.58/5 in Nugambakkam Village. M/s.Sasi Enterprises, (Doc No.92/1992 dt.19-2-92 of SRO, Thousandlights)	2,98,144.00
12.	23	TANSI (Foundry) Land and building to the extent of 55 grounds and 2143 Sq.ft. [(ie) 12462.172 Sq.ft] in S.Nos.86,87,88,89,91,92, and 93 part of Alandur Hamlet of Adyar Village,Thiru. Vi-ka Industrial Estate, Guindy M/s.Jaya Publications (Doc No.2237/92 dt.2-6-92 of SRO, Adyar)	2,13,68,152.00
13.	24	Amount paid to TNHB towards alottment of Plot No.L-66, (Old No. 524 N) Anna Nagar, Chennai-40 in favour of Tmt.J.Elavarasi.	2,35,813.00
14.	25	TANSI (Enamelled wires) Land and building at Tniru Vi-Ka industrial Estate, Guidy, 0.63 Acres of land and 495 Sq.ft. in R.C.C Roof, 1155 Sq.ft. in A.C.C. Sheet Roof in S.No.89 of Alandur village, Hamlet of Adyar, Block No.12. (TANSI Enamalled Wires) M/s.Sasi Enterprises. (Doc No.3780/92 dt.7-10-92 of SRO, Adyar)	90,17,089.00
15.	26	Land and building to the extent of 1 ground and 1475 Sq.ft in R.S.No.3581 part in Mylapore village Door No.18, East Abiramapuram, III Street M/s.Sasi Enterprises (Doc No.72/93 dt.27-1-93 of DR, Central Madras)	49,02,105.00
16.	31	Cost of acquisition of Maha Suba Lakshmi Kalyana Mandabam, Chennai-106 from the then share holders, on 19-7-93 from Tr.B.Selvaraj and others, by Tr.VN.Sudhakaran and others.	38,51,000.00
17.	32	72/12000 Share of 11 grounds 1736 Sq.ft in R.S.No.58/5 @ 14, Gems Court, Kather Navaz Khan Road, Nungambakkam. M/s.Sasi Enterprises. (Doc No.641/93 dt.28-7-93 of SRO, Thousandlights)	1,60,572.00

18.	33	Cost of acquisition of shares of M/s.Anjeneya Printers (P) Ltd., at No.48, Inner Ring Road, Ekkattuthangal, on 1-9-93 (towards transfer of shares Rs.64,05,000/- machinery cost Rs.20,16,000/-) from Tr.Naresh Shroff, by Tr.VN.Sudhakaran and Tmt.N.Sasikala.	84,21,000.00
19.	50	Land and building to the extent of 4802 Sq.Ft. together with a building (with ground and first floor) in S.No.94, plot No.7 of Neelankarai Village. Tmt.J.Elavarasi,	9,60,520.00
20.	51	1/5th share of 1 Ground and 1086 Sq.Ft. together with a super structure in S.No.301, 4725/16 in 21, Padmanabha Street, T.Nagar New T.S.No.8025/1, Block No.107 M/s.Anjaneya Printers P Ltd	3,19,230.00
21.	52	-do- -do- purchaser	3,19,230.00
22.	53	-do- -do- purchaser	3,19,230.00
23.	54	-do- -do- purchaser	3,19,230.00
24.	55	-do- -do- purchaser	3,19,230.00
25.	67	2 ground and 1237 Sq.ft with a built up area of 2150 Sq.ft at Door No.149, TTK Road, in the ground floor and 2150 Sq.ft in the first Floor in S.No.3705 part of Sriram Nagar, TTK Road, Chennai-18 M/s.Lex property Development (P) Ltd., (Doc No.125/94 dt.24-2-94 of SRo, Central Madras)	57,00,040.00
26.	8	1.29 acres in S.No.18/4A1 of Enjambakkam Village M/s.J Farm Houses (Doc No.1017/94 dt.25-2-94 of SRO, Adyar)	6,49,770.00
27.	69	16.75 Cents in S.No.1/1F and Old R.S.No.1/1C4 of Sholinganallore Village Tr.VN.Sudhakaran (partner in Green Farm House) Tr.Jagadesh Raja S/o.Alaga Raja, 22, Bazullah Road, Madras-17. (Power of Attorney Document 189/Book IV/1994 dt.9-3-94 of SRO, Adyar)	125.00

28.	70	Actual consideration paid to Tr.Jagadesh A Raja S/o.Alagu Raja, 22, Bazullah road, Chennai-17 by DD Rs.235200/- and by cash Rs.335000/- on 8-3-94 for purchase of 6.75 Cents covered in Doc No.189/book 4 of 1994 dt.9-3-94 of S.R.O. Adyar.	5,70,200.00
29.	71	16.50 Cents -do- -do- purchaser Tmt.Gayathri Chandran @ Gayathri A Roy, W/o.K.T.Chandravadanam, No. 22 Bazullah Road, Chennai-17. (Power of Attorney Document 190/Book IV/1994 dt.9-3-94 of SRO, Adyar)	125.00
30.	72	Actual consideration paid to Tmt.Gayathri Chandran W/o.K.T. Chandravadanam, 22, Bazullah Road, Chennai-17 by DD Rs.530400/- and by cash Rs.335000/- on 8-3-94.	8,65,400.00
31.	73	16.75 Cents in R.S.No.1/1F Old R.S.No.1/1C4 at Sholinganallore Village -do- purchaser K.T.Chandravadanam, 22, Bazullah Road, Chennai-17. (Power of Attorney Document 191/Book IV/1994 dt.9-3-94 of SRO, Adyar)	125.00
32.	74	Actual consideration paid to K.T.Chandravadanam, 22, Bazullah Road, Chennai-17 by DD Rs.2,35,200/- on 8-3-94 and cash Rs.3,35,000/- on 10-4-94.	5,70,200.00
33.	75	6 grounds 1087 Sq.Ft in this 581 Sq.Ft un divided share of land in S.No.61/1,62,66/2 in Plot No.17,17-A and 18, Wallace Garden, in Nungambakkam Village M/s.Lex property Development (P) Ltd., (Doc No.370/94 dt.28-4-94 of SRO, Thousandlihgts)	2,84,008.00
34.	76	-do- -do-purchaser (Doc No.371/94 dt.28-4-94 of SRO, Thousandlights)	2,84,008.00
35.	77	-do- -do- (Doc No.372/94 dt.3-5-94 of SRO, Thousandlights)	2,84,008.00
36.	78	-do- -do- (Doc No.373/94 dt.4-5-94 of SRO, Thousandlights)	2,84,008.00
37.	80	34 Cents together with 26 Coconut Trees in S.No.165/8B in Vettuvankeni Village M/s.Green Farm Houses (Doc No.260/94 dt.16-6-94 of SRO, North Madras)	1,21,040.00

ஜெ.–சசியின் நகைப்பட்டியல்!

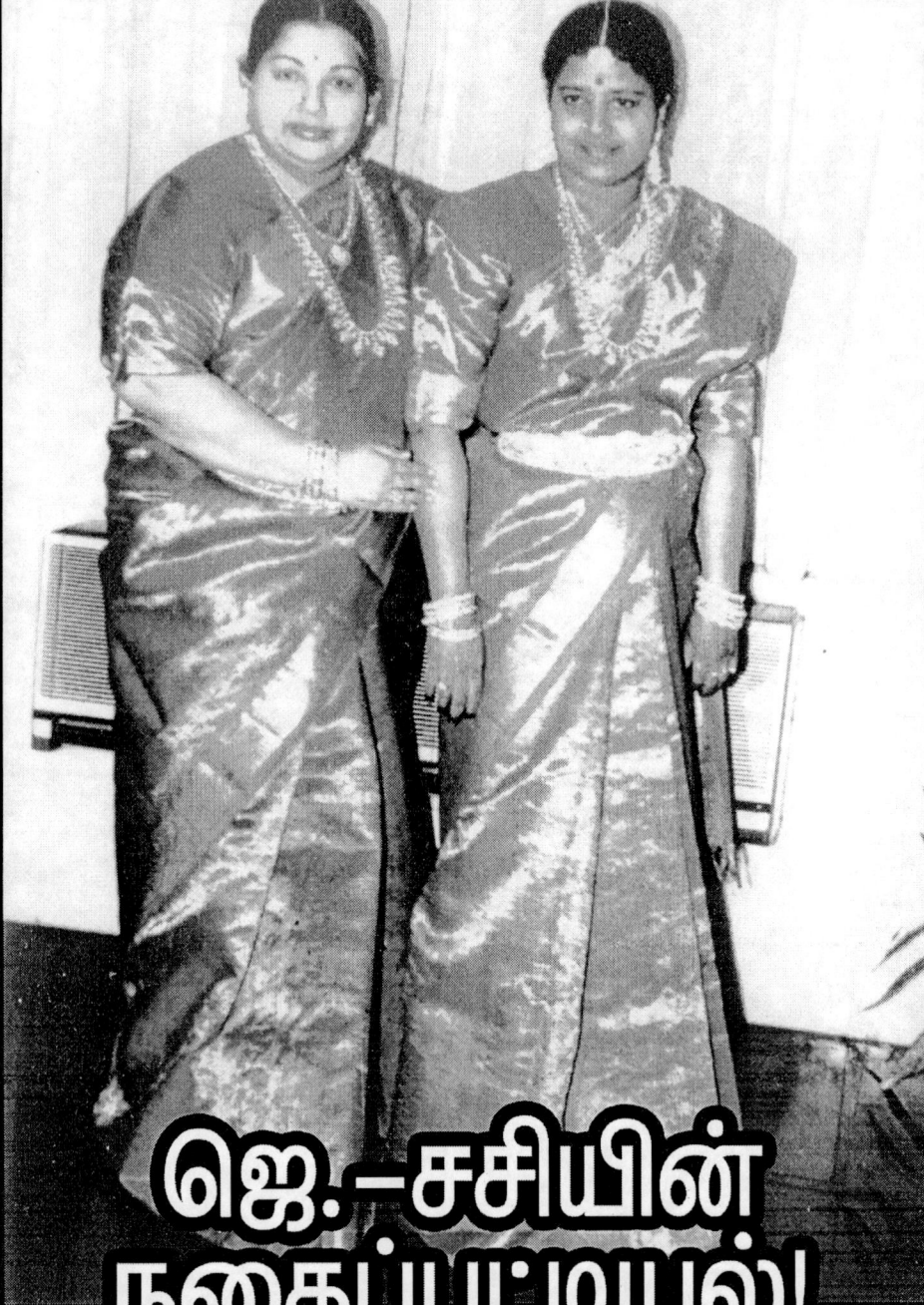

- 224 வைரக்கற்கள், 6 மரகதக்கற்கள், 8 மாணிக்கக் கற்கள் பதிக்கப்பட்ட 1 ஜோடி வளையல்

- 36 வைர கற்கள் பதிக்கப்பட்ட 1 ஜோடி வளையல்

- 120 வைர கற்கள் பொருத்தப்பட்ட 1 ஜோடி வளையல்

- 198 வைர கற்கள் பொருத்தப்பட்ட 1 ஜோடி வளையல்

- 306 வைர கற்கள் பொருத்தப்பட்ட 1 ஜோடி வளையல்

- 3 வைர கற்கள் 26 மாணிக்க கற்கள் பொருத்தப்பட்ட தங்க பிரேஸ்லெட்

- 25 வைர கற்கள் பொருத்தப்பட்ட தங்க பிரேஸ்லெட்

- 1323 வைர கற்கள் பொருத்தப்பட்ட லாக் டைப் தங்க பிரேஸ்லெட்

- 62 வைர கற்கள் பொருத்தப்பட்ட தங்க பிரேஸ்லெட்

- கடிகார வடிவில் 105 வைர கற்கள் பொருத்தப்பட்ட தங்க பிரேஸ்லெட்

- 37 வைர கற்கள் பொருத்தப்பட்ட தங்க பிரேஸ்லெட்

- 118 வைர கற்கள் பொருத்தப்பட்ட ஒரு ஜோடி தங்க வளையல்

- 76 வைர கற்கள் பொருத்தப்பட்ட ஒரு ஜோடி தங்க வளையல்

- 33 வைர கற்கள் பொருத்தப்பட்ட ஒரு ஜோடி தங்க வளையல்

- 19 தங்க கம்மல்கள்

- 36 வைர கற்கள் பொருத்தப்பட்ட 1 ஜோடி தங்க கம்மல்

- 40 வைர கற்கள் பொருத்தப்பட்ட 1 ஜோடி தங்க கம்மல்
- 24 வைர கற்கள், 4 மரகதம், 4 மாணிக்கக் கற்கள் பொருத்தப்பட்ட 1 ஜோடி தங்க கம்மல்

- 28 வைர கற்கள் பொருத்தப்பட்ட ஒரு ஜோடி தங்க கம்மல்

நீதிபதி குன்ஹா பதில்கள்

- 20 வைர கற்கள் பொருத்தப்பட்ட ஒரு ஜோடி கம்மல்
- 46 வைர கற்கள் பொருத்தப்பட்ட ஒரு ஜோடி கம்மல்
- 15 ஜோடி தங்க கம்மல்கள்
- 1134 வைர கற்கள் பொருத்தப்பட்ட 28 ஜோடி தங்க வளையல்
- 277 ஜோடி சாதா தங்க வளையல்கள் தங்க கைப்பட்டைகள் (பிரேஸ்லெட்)
- 4 தங்க கைப்பட்டைகள்
- 5 சிந்தெட்டிக் சிவப்புகற்கள் பதிக்கப்பட்ட தங்க கைப்பட்டைகள்
- 10 ஜோடி சாதா தங்க கைப்பட்டைகள்
- 9 ஜோடி தங்க கம்மல்கள்
- 116 வைர கற்கள் பொருத்தப்பட்ட தங்க நெக்லஸ் ஒன்று
- 148 வைர கற்கள் பொருத்தப்பட்ட தங்க நெக்லஸ் ஒன்று
- 132 வைர கற்கள் பொருத்தப்பட்ட தங்க நெக்லஸ் ஒன்று
- 18 ஜோடி தங்க வளையல்கள்
- 2 ஜோடி தங்க கைப்பட்டைகள்
- 2 சாதா நெக்லஸ்கள்
- 4 ஜோடி தங்க வளையல்கள்
- ஒரு தங்க கைப்பட்டை
- ஒரு தங்க நெக்லஸ்
- 573 வைர கற்கள், 16 மரகத கற்கள், 3 மாணிக்க கற்கள் பொருத்தப்பட்ட ஒரே ஒரு தங்க நெக்லஸ்
- 2 தங்க நெக்லஸ்கள்

- 172 வைர கற்கள் பொருத்தப்பட்ட தங்க நெக்லஸ் ஒன்று
- 408 வைர கற்கள் பொருத்தப்பட்ட தங்க நெக்லஸ் ஒன்று
- 11 தங்க நெக்லஸ்கள்
- 910 வைர கற்கள் பொருத்தப்பட்ட தங்க நெக்லஸ் ஒன்று
- ஒரே ஒரு தங்க நெக்லஸ்
- 1090 வைரம், 73 மாணிக்க கற்கள் மாங்காய் வடிவ டாலரில் பொருத்தப்பட்ட தங்க நெக்லஸ் ஒன்று
- ஒரே ஒரு தங்க நெக்லஸ்
- 351 வைர கற்கள் பொருத்தப்பட்ட தங்க நெக்லஸ் ஒன்று
- இரண்டு தங்க நெக்லஸ்கள்
- 316 வைர கற்கள் பொருத்தப்பட்ட தங்க நெக்லஸ் ஒன்று
- 628 வைர கற்கள் பொருத்தப்பட்ட தங்க நெக்லஸ் ஒன்று
- வைரம் பொருத்தப்பட்ட ஒரேயொரு தங்க வளையல்
- 33 வைர கற்கள் பொருத்தப்பட்ட ஒற்றை வளையல்
- ஒரேயொரு ஒற்றைக் கம்மல்
- பத்து வைர கற்கள் பொருத்தப்பட்ட ஒற்றைக் கம்மல்
- ஒரேயொரு தங்கச் சங்கிலி
- 15 பட்டையுடன் கூடிய ஒற்றைத் தங்கச் சங்கிலி
- 2 மயில்களின் தலைகள் பொருத்தப்பட்ட ஒரு மோதிரம்
- ஒரு மயிலின் தலையில் 98 மாணிக்கக் கற்கள், 25 மரகத கற்கள், 2 வெள்ளைக் கற்கள் வைத்து செய்யப்பட்ட மோதிரம்
- 7 வைரக்கற்கள் பொருத்தப்பட்ட ஒரு மோதிரம்

- ஒரேயொரு ஒற்றைக் கம்மல்
- 2 வைரக்கற்கள் பொருத்தப்பட்ட ஒரு ஜோடி கம்மல்
- ஒரேயொரு ஒற்றைக் கம்மல்
- 14 வைரக்கற்கள் பொருத்தப்பட்ட ஒரு ஜோடி கம்மல்கள்
- தங்கத்திலான 10 கடவுள் சிலைகள்
- 34 தங்க மோதிரங்கள்
- 472 வைரக்கற்கள் பொருத்தப்பட்ட 33 தங்க மோதிரங்கள்
- 11 வைரக்கற்கள், 2 மாணிக்கக் கற்கள், 2 மரகதம் பொருத்தப்பட்ட ஒரு மோதிரம்
- 9 தங்க வளையல்கள்
- 56 வைரக்கற்கள், 84 மாணிக்கக் கற்கள், 84 மரகத கற்கள் பொருத்தப்பட்ட ஒரு ஜோடி வளையல்
- 44 மாணிக்கக் கற்கள் பொருத்தப்பட்ட ஒரு ஜோடி வளையல்
- 120 மரகதக் கற்கள் பொருத்தப்பட்ட ஒரு ஜோடி வளையல்
- 40 வரைக்கற்கள், 40 மாணிக்க கற்கள், 40 மரகத கற்கள் பொருத்தப்பட்ட தங்க ப்ரேஸ்லெட் ஒன்று
- 64 வைரக்கற்கள், 312 மாணிக்க கற்கள் பொருத்தப்பட்ட ப்ரேஸ்லெட்கள்
- நவரத்தினக் கற்களுடன் 30 சிந்தெடிக் வைரம், 30 மாணிக்க கற்கள், 30 மரகதக் கற்கள் பொருத்தப்பட்ட வளையல்கள்
- ஒரு நவரத்தினம் பொருத்தப்பட்ட தங்க ப்ரேஸ்லெட்
- ஒரு தங்க ஒட்டியாணம்
- 290 வைரம் பொறிக்கப்பட்ட தங்க ஒட்டியாணம்
- 121 கிராம் எடையுள்ள தங்க நகை

- 106 கிராம் எடையுள்ள தங்க நகை
- 2 சாதா தங்க செயின்கள்
- நீண்ட தங்க காசுமாலை
- 80 கிராம் எடையுள்ள ஒரு காசுமாலை
- 487.40 கிராம் எடையுள்ள காசுமாலை
- 165 வைரக்கற்கள் கொண்ட ஒரு ஜோடி கம்மல்
- 90 வைரக்கற்கள் கொண்ட ஒரு ஜோடி கம்மல்
- 15 வைரக்கற்கள் பொருத்தப்பட்ட ஒரு மோதிரம்
- 60 கிராம் எடையுள்ள பிலிகிரி தங்க செயின்
- கயிறு வடிவில் ஒரு தங்க செயின்
- மூன்று சாதா தங்க செயின்கள்
- தங்கம் கலக்காமல் வெறும் 100 வைரம், 60 மரகதத்தை மட்டுமே இணைத்து செய்யப்பட்ட தங்க நெக்லஸ் ஒன்று
- 60 மரகதம், 100 வைரக்கற்கள் பொருத்தப்பட்ட தங்க ப்ரேஸ்லெட்
- 70 மரகதம் 30 வைரக்கற்கள் பொருத்தப்பட்ட ஒரு ஜோடி கம்மல்
- 38 வைரக்கற்கள் ஒரு மரகதம் பொருத்தப்பட்ட ஒரு மோதிரம்
- 94 வைரக்கற்கள் பொருத்தப்பட்ட ஒரு நெக்லஸ்
- 58 வைரக்கற்கள் பொருத்தப்பட்ட ஒரு ப்ரேஸ்லெட்
- 51 வைரக்கற்கள் பொருத்தப்பட்ட ஜோடி கம்மல்
- 2,389 வைர கற்கள், 18 மரகத கற்கள், 9 மாணிக்கக் கற்கள் பொருத்தப்பட்ட 1044 கிராம் எடையுடைய ஒரு ஒட்டியாணம்
- 6 சாதா தங்க செயின்கள்

- ஒரு தங்க குங்குமச் சிமிழ் எடை 31 கிராம்
- ஒரு தங்க குங்குமச் சிமிழ்
- 37.70 கிராம் எடையுடைய தங்க குங்குமச் சிமிழ்
- ஒரு தங்க சாதா பிரேஸ்லெட்
- ஒரு சாதா தங்க செயின்
- 56 கோமேதக கற்கள் பொருத்தப்பட்ட நெக்லஸ் ஒன்று
- 89 மாணிக்கக் கற்கள் பொருத்தப்பட்ட ஒரு ஜோடி கம்மல்
- 28 மாணிக்கக் கற்கள் பொருத்தப்பட்ட ஒரு மோதிரம்
- ரத்தின கற்கள் பொருத்தப்பட்ட ஒரு ஜோடி கம்மல்
- கோமேதகம் பொருத்தப்பட்ட ஒரு ஜோடி கம்மல்
- 8 கோமேதகம் 4 முத்துக்கள் பொருத்தப்பட்ட ஒரு ஜோடி கம்மல்
- பவழமும், முத்தும் பொருத்தப்பட்ட ஒரு ஜோடி கம்மல்
- ரத்தினமும் முத்தும் பொருத்தப்பட்ட ஒரு ஜோடி கம்மல்
- 14 வைர கற்கள், 60 மாணிக்கக் கற்கள் பொருத்தப்பட்ட கம்மல்
- மரகதம் பொருத்தப்பட்ட ஒரு ஜோடி கம்மல்
- நவரத்தினம் பொருத்தப்பட்ட ஒரு ஜோடி கம்மல்
- கறுப்பு பிளாஸ்டிக் மணியில் செய்த ஒரு கம்மல்
- மரகத கற்கள் பொருத்தப்பட்ட ஒரு ஜோடி கம்மல்
- மரகதம் மற்றும் முத்துக்கள் பொருத்தப்பட்ட ஒரு ஜோடி கம்மல்
- முத்துக்கள் பொருத்தப்பட்ட இரண்டு கம்மல்

- ரத்தினமும், முத்துக்களும் பொருத்தப்பட்ட ஒரு கம்மல்
- முத்தும், பவழமும் பொருத்தப்பட்ட ஒரு ஜோடி கம்மல்
- முத்துக்கள் பொருத்தப்பட்ட கம்மல்
- பிளாஸ்டிக் முத்து, ரத்தினம், மரகதம், முத்து, பவழம் ஆகியவை பொருத்தப்பட்ட கம்மல்
- முத்துக்கள் பொருத்தப்பட்ட நெக்லஸ்
- முத்துக்கள் பொருத்தப்பட்ட பிரேஸ்லெட்
- முத்துக்கள் பொருத்தப்பட்ட ஜோடி கம்மல்
- 111.16 கிராம் எடையுள்ள சாதா நெக்லஸ்
- சிகப்பு சிந்தெட்டிக் கற்கள் பொருத்தப்பட்ட மாங்காய் மாலை நெக்லஸ்
- பல வண்ண நிற கற்கள் பொருத்தப்பட்ட அடுக்கு நெக்லஸ்
- பல வண்ண நிற கற்கள் உடைய கற்கள் மற்றும் முத்துக்கள் பொருத்திய நெக்லஸ்
- பல வண்ண நிறங்கள் உடைய கற்கள் மற்றும் முத்துக்கள் பொருத்திய நெக்லஸ்
- முத்து, பவழம் பொருத்தப்பட்ட தங்க நெக்லஸ்
- முத்து, பவழம் பொருத்தப்பட்ட பிரேஸ்லெட்
- முத்து, பவழம் பொருத்தப்பட்ட கம்மல்கள்
- முத்து, பவழம் பொருத்தப்பட்ட மோதிரம்
- மரகதம், முத்து பொருத்தப்பட்ட பிரேஸ்லெட்
- மரகதம், முத்து பொருத்தப்பட்ட தங்க நெக்லஸ்
- முத்து பொறிக்கப்பட்ட ஒரு ஜோடி கம்மல்
- தங்கம் பொறிக்கப்பட்ட முத்தால் ஆன 4 மரகத கற்கள் இடம் பெற்ற நெக்லஸ்

- ஒரு ஜோடி சங்கிலி இணைப்பு தங்க செயின்
- திருப்பதி வெங்கடேஸ்வரா டாலர் பொறிக்கப்பட்ட செயினில் 35 வைரம், 11 மரகதம், 15 கோமேதக கற்கள் பொறிக்கப்பட்டிருந்தது
- முத்துக்கள் பொறிக்கப்பட்ட ஒரு ஜோடி வளையல்கள்
- முத்துக்களும், கோமேதகமும் பொருத்தப்பட்ட இரு ஜோடி வளையல்கள்
- முத்துக்கள் பொருத்தப்பட்ட ஒரு பிரேஸ்லெட்
- பவழம் பொருத்தப்பட்ட ஒரு பிரேஸ்லெட்
- முத்து மற்றும் மரகத கற்கள் பொருத்தப்பட்ட அடுக்கு இரண்டு தங்க செயின்கள்
- ஒரு தங்க டாலர்
- மரகதம் மற்றும் சாதா கற்களால் பொருத்தப்பட்ட இரு மோதிரங்கள்
- இதய வடிவில் செய்யப்பட்ட இரண்டு மோதிரங்கள்
- இரண்டு சாதா தங்க மோதிரங்கள்
- மரகதம் மற்றும் முத்தால் ஆன மோதிரம்
- ரத்தினம் மற்றும் முத்தால் ஆன மோதிரம்
- கோமேதகம் மற்றும் முத்தால் ஆன இரு மோதிரங்கள்
- மரகதம், கோமேதகம், பவழம் மற்றும் முத்துக்கள் பொருத்தப்பட்ட மோதிரம்
- முத்துக்களால் ஆன மோதிரம்
- பவழத்தால் ஆன மோதிரம்
- பச்சைக்கல் மோதிரம்
- மரகதத்தால் ஆன மோதிரம்

- 2 கோமேதக கற்களால் ஆன மோதிரம்
- மரகதம் மற்றும் 4 வைர கற்களால் ஆன மோதிரம்
- பல வண்ண நிற கற்களால் ஆன மோதிரம்
- மரகதம் மற்றும் முத்துக்களால் ஆன மோதிரம்
- நீல நிறக்கல் மற்றும் முத்துக்களால் ஆன மோதிரம்
- ஒரு பவழ மோதிரம்
- ஒரு மரகத மோதிரம்
- 22 வைரம், 11 மரகதம் 4 சிகப்பு கற்கள் பொருத்தப்பட்ட மோதிரம்
- பல வண்ண கற்கள் பொருத்தப்பட்ட மோதிரம்
- ஒரு மாணிக்க மோதிரம்
- ஒரு மரகத மோதிரம்
- ரத்தினம், முத்து கலந்த மோதிரம்
- ஒரு மரகத மோதிரம்
- பல வண்ண கற்கள் கொண்ட மோதிரம்
- மாணிக்கம், முத்தும் கலந்த மோதிரம்
- ஒரு முத்து மோதிரம்
- பல வண்ண ஒரு கல் மோதிரம்
- 16 வைரம், மாணிக்கம், மரகதம் 16 வைர கற்கள் பொருத்திய ஒரு டாலர்
- இரண்டு தங்க பிரேஸ்லெட்டுகள்
- ஒரு தங்க வளையல்
- தவசி என்ற பெயருடன் ஒரு தங்க பேனா

- சுயிஸ் என பொறிக்கப்பட்ட தங்க பிஸ்கட்
- திருப்பதி வெங்கடேஸ்வரா டாலர்
- ஒரு பவழ டாலர்
- முத்து பவழ மோதிரம்
- மாணிக்கம், முத்து மோதிரம்
- 16 வைரம், மாணிக்கம் ஒரு ப்பட்ட ஒரு டாலர்
- 90 வைரம் ஒரு ப்பட்ட ஒரு தங்க பிரேஸ்லெட்
- ஒரு கோடி தங்க கம்மல்
- ஒரு தங்க மோதிரம்
- மஹிந்திரா & மஹிந்திரா பொறிக்கப்பட்ட 2 தங்க காயின்கள்
- 2 கடவுள் படம் பொறிக்கப்பட்ட 2 தங்க தகடுகள்
- 6 தங்க டாலர்
- 2 இங்கிலாந்து தங்க நாணயங்கள்
- ஒரு தங்க லட்சுமி கடவுள் சிலை
- 36 தங்க நாணயங்கள்
- ஒரு தங்க மோதிரம்
- டாலருடன் கூடிய தங்க செயின்
- "எஸ்" பொறிக்கப்பட்ட மோதிரம்
- ஒரு தங்க பட்டை
- ஒரு தங்க வளையல்
- ஒரு தங்க குங்குமச் சிமிழ்
- 2 தங்க பிரேஸ்லெட்

- பூனைக்கண் வைத்த மோதிரம்
- மரகதம் 2 சிந்தெட்டிக் கற்கள் பொருத்தப்பட்ட மோதிரம்
- அஷ்டலட்சுமி பொறிக்கப்பட்ட 516 கிராம் எடையுள்ள தங்க குடம்
- 121 கிராம் எடையுள்ள குங்குமச் சிமிழ்
- தங்கம் மற்றும் வெள்ளியிலான ஆயில்டர் வடிவ நகை
- 1132.50 கிராம் எடையுள்ள தங்க தட்டு
- 241.36 கிராம் எடையுள்ள சந்தன கிண்ணம்
- அஷ்டலட்சுமி படம் பொறித்த தங்க பன்னீர் சொம்பு
- 82.83 கிராம் எடையுள்ள தாமரை குங்குமச் சிமிழ்
- 45.87 கிராம் எடையுள்ள தங்க குங்குமச் சிமிழ்
- 60 வைரம், எனாமல் கற்கள் பொருத்தப்பட்ட திருப்பதி வெங்கடேசுவரர் சிலை
- டாக்டர் என பெயர் பொறிக்கப்பட்ட 4 டாலர்களுடன் கூடிய 481.96 கிராம் எடையுள்ள மாலை
- 13.40 கிராம் எடையுள்ள தங்க பந்து
- 250.64 கிராம் எடையுள்ள நினைவு பரிசான தங்கத் தட்டு
- 83.20 கிராம் மதிப்புள்ள தங்க முக கவசம்
- 132.50 கிராம் மதிப்புள்ள தங்கக் கிரீடம்
- 98.30 கிராம் மதிப்புள்ள தங்க மார்பு கவசம்
- 175.90 கிராம் மதிப்புள்ள தங்க வாள்
- கே.ஏ.செங்கோட்டையன், கண்ணப்பன், அழகு திருநாவுக்கரசு பெயருடன் இரட்டை இலை பொறிக்கப்பட்ட 1 கிலோ எடையுள்ள தங்க வாள்
- 7 கிராம் எடையுள்ள இரட்டை இலை

நீதிபதி குன்ஹா பதில்கள்

- சிந்தெட்டிக் கற்கள் பொருத்தப்பட்ட 52 கிராம் எடையுள்ள தங்கக் கிரீடம்

- 14.40 கிராம் எடையுள்ள தங்க வளையல்

- 80 கிராம் மதிப்புள்ள வி.பி.ஆர். ரமேஷ் பெயர் பொறித்த தங்க நினைவுச் சின்னம்

- சிந்தெட்டிக் கற்கள் பொருத்தப்பட்ட 202 கிராம் எடையுள்ள தங்கக் கிரீடம்

- 126.30 கிராம் எடையுள்ள தங்கக் கிரீடம்

- 191.62 கிராம் எடையுள்ள தங்க செங்கோல்

- 215.20 கிராம் எடையுள்ள தங்கக் கிரீடம்

- 12 கிராம் எடையுள்ள தங்க காமாட்சி விளக்கு

- நாகூர் மீரான் 45-வது ஜெ.வின் பிறந்த நாளைக்கு கொடுத்த 93 கிராம் எடையுள்ள தங்கத்தட்டு

- 191.47 கிராம் எடையில் ஜெயக்குமார் கொடுத்த தங்க படகு

- 159.89 கிராம் எடையில் 2 தங்க மாங்காய்

- 81-90 கிராம் எடையுள்ள ஆயிஸ்டர் வடிவ தங்கத் தட்டு

- கடவுள் லட்சுமி படத்துடன் ஜெ. எழுத்துடன் 150.60 எடையுள்ள தங்க சாவி செயின்

- 34.6 கிராம் எடையுள்ள சாதா கற்கள் பொருத்திய வளையல்

- 64 வைரம், 4 மரகதம், 4 மாணிக்கம் பொருத்திய 21 கிராம் எடையுள்ள பிரேஸ்லெட்

- 47.69 கிராம் எடையுள்ள நவரத்ன வளையல்

இத்துடன் ஒரு ஆடம்பர சொகுசு பஸ் நூற்றுக்கணக்கான வாட்சுகள், சேலைகள், நூற்றுக்கணக்கான நகை பெட்டிகள், பணத்தை கொண்டு செல்ல பயன்படுத்தப்பட்ட சூட்கேஸ்கள் ஜெ.வின் வீட்டில் இருந்தது.